NGHỆ THUẬT NGƯỜI SÀNH ĂN CỦA WELLINGTON VÀ EN CROÛTE

Cuốn sách nấu ăn cơ bản cho 100 món ăn được đóng hộp trang nhã

Châu Ái

Tài liệu bản quyền ©2023

Đã đăng ký Bản quyền

Không phần nào của cuốn sách này được phép sử dụng hoặc truyền đi dưới bất kỳ hình thức nào hoặc bằng bất kỳ phương tiện nào mà không có sự đồng ý thích đáng bằng văn bản của nhà xuất bản và chủ sở hữu bản quyền, ngoại trừ những trích dẫn ngắn gọn được sử dụng trong bài đánh giá . Cuốn sách này không nên được coi là sự thay thế cho lời khuyên về y tế, pháp lý hoặc chuyên môn khác.

MỤC LỤC

MỤC LỤC 3
GIỚI THIỆU 6
WELLINGTON 7
   1. Thịt bò cổ điển Wellington 8
   2. Cá hồi Wellington 10
   3. Thịt Bò Nấm Wellington 12
   4. Thư rác Wellington 14
   5. Thịt Bò Wellington Nhỏ 16
   6. Bánh mỳ thịt Wellington 18
   7. Gà Wellington 20
   8. Vịt Wellington 22
   9. Thịt cừu Wellington 24
   10. Hải sản Wellington 26
   11. Cà Ri Monkfish Wellington 28
   12. Thịt nai Wellington 30
   13. Bò Wellington sốt rau bina và nấm hạt dẻ 32
   14. Rau mùi tây và Porcini Wellington 34
   15. Nấm Chay Wellington 36
   16. Nấm Miso thuần chay, bí và hạt dẻ Wellington 38
   17. Súp lơ Wellington 40
   18. Thịt cừu Wellington với Quinoa và Nhồi thảo mộc ... 42
   19. Bò Wellington riêng lẻ 44
   20. Thịt bò mini và prosciutto Wellington 46
   21. Thịt bò xay Wellington 48
   22. Bò Wellington trộn nấm Creole 50
   23. Thịt bò Sous Vide Wellington 52
   24. Bánh Nồi Bò Wellington 55
   25. Bò Wellington cẩn 58
   26. Bò Wellington của Người Nghèo 60
   27. Thịt viên Wellington 62
   28. Thịt bò xay Air Fryer Wellington 65
   29. Cá tráp Wellington với súp lơ, dưa chuột và củ cải .. 67
   30. Bò Wellington kiểu Texas 69
   31. Rau Wellington 71
   32. Chó rừng Wellington 73
   33. Bò Ý Wellington 75
   34. Đậu lăng chay Wellington 77
   35. Portobello, Pecan và Hạt dẻ Wellington 80
   36. Thịt lợn Wellington 83
   37. Bò Nướng Wellington 86
   38. Fig và Sage Thổ Nhĩ Kỳ Wellington 89
   39. Phô mai xanh và thịt bò Wellington 92

40. Thịt thăn nướng bánh phồng 95
EN CROÛTE 97
   41. Cá hồi Bỉ trong bánh phồng 98
   42. Seitan En Croute 100
   43. Gà Nấm En Croûte 102
   44. Rau En Croûte 104
   45. Thịt bò và phô mai xanh En Croûte 106
   46. Rau bina và Feta En Croûte 108
   47. Ratatouille En Croûte 110
   48. Tôm và măng tây En Croûte 112
   49. Táo và Brie En Croûte 114
   50. Brie En Croûte 116
   51. Pâté en Croûte mộc mạc 118
   52. Filet de Boeuf en Croûte 121
   53. Pâté en Croûte vịt 124
   54. Gà en Croûte với xúc xích Ý, phô mai Thụy Sĩ và xanh 127
   55. Nồi chiên không khí Cá hồi en Croûte 130
   56. Cá hồi cầu vồng Nepal en Croûte 132
   57. Lựu Brie en Croûte 135
   58. Cá bơn en Croûte với kem chanh Tarragon 137
   59. Cá hồi đại dương Coulibiac en Croûte 140
   60. Gà Xoài En Croûte 143
   61. Caprese En Croûte 145
   62. Tôm Pesto En Croûte 147
   63. Butternut Squash và Sage En Croûte 149
   64. Phô mai sung và dê En Croûte 151
   65. Dầu Nấm Truffle En Croûte 153
   66. Khoai lang và Feta En Croûte 155
   67. Măng tây bọc Prosciutto En Croûte 157
STRUDEL 159
   68. Thịt heo kho sốt táo xanh 160
   69. Gà và Andouille Strudels 162
   70. Crawfish Strudel Hai Nước Sốt 164
   71. Bánh mì cá hồi với thì là 167
   72. Strudel thịt cừu và cà chua khô 170
   73. Bánh Strudel Rau Maroc 173
   74. Cá hồi hun khói & Brie Strudel 176
   75. Cá hồi hun khói và táo nướng Strudel 179
   76. Nấm rừng Strudel 181
   77. Gan Strudel 184
   78. Thịt Strudel 186
   79. Cà tím-Cà chua Strudel 189
   80. Bánh bí ngòi với thịt băm 192

81. STRUDEL BÒ BÔNG CẢI XANH 195
82. BÁNH MÌ XÚC XÍCH VÀ NẤM 198
83. NẤM VÀ BÍ XANH STRUDEL 201
84. NẤM STRUDEL 204

NHIỀU MÓN ĐÓNG GÓP HƠN 206
85. BÁNH MÌ THĂN NHÂN PHÔ MAI VÀ NẤM 207
86. WHISKY XÚC XÍCH CUỘN 210
87. CHONG CHÓNG XOÀI XÚC XÍCH 212
88. CHONG CHÓNG BÁNH PHỒNG CÁ NGỪ 214
89. CHÚ HEO NHỎ TRÊN VÕNG 217
90. BÁNH PUFF PASTRY CUỘN XÚC XÍCH 219
91. BÒ HẦM BÁNH PUFF 221
92. XÚC XÍCH CỪU CUỘN SỮA CHUA HARISSA 224
93. BÁNH NƯỚNG KIỂU LEBANON 226
94. BÁNH NỒI RAU CỦ 228
95. BÁNH NƯỚNG RAU BINA VÀ PESTO 230
96. BUREKAS 232
97. BÁNH BÒ BÒ 235
98. BÁNH TRÔI ÚC 237
99. BÁNH NƯỚNG HÀNH TÂY 240
100. THỊT NGUỘI VÀ PHÔ MAI 243

KẾT LUẬN 245

GIỚI THIỆU

Bắt tay vào hành trình ẩm thực kết hợp nghệ thuật và ẩm thực với "NGHỆ THUẬT NGƯỜI SÀNH ĂN CỦA WELLINGTON VÀ EN CROÛTE ." Cuốn sách dạy nấu ăn này mời bạn khám phá vương quốc của những món ăn được gói gọn trang nhã, nơi hương vị được gói gọn trong những lớp bánh ngọt tinh tế, tạo nên những kiệt tác ẩm thực vượt xa những điều bình thường. Với 100 công thức nấu ăn được tuyển chọn tỉ mỉ, bộ sưu tập này là sự tôn vinh những gì tinh tế và vượt thời gian nghệ thuật của Wellington và En CROÛTE .

Hãy tưởng tượng một trải nghiệm ăn uống trong đó mỗi món ăn là một cảnh tượng trực quan, một bản giao hưởng của kết cấu và sự bùng nổ của hương vị làm say đắm khẩu vị. "Nghệ thuật ẩm thực của Wellington và En Croûte " là hướng dẫn giúp bạn tạo ra những kỳ quan ẩm thực này, cho dù bạn đang tổ chức một bữa tiệc tối xa hoa, nhằm mục đích gây ấn tượng với khách hay chỉ đơn giản là tận hưởng niềm vui chế biến những món ăn cao cấp tại nhà.

Từ món Bò Wellington cổ điển đến các lựa chọn ăn chay sáng tạo, cuốn sách nấu ăn này khám phá tính linh hoạt của các món ăn đóng hộp, cung cấp nhiều công thức nấu ăn đa dạng đáp ứng mọi khẩu vị và mọi dịp. Cho dù bạn là một đầu bếp dày dặn kinh nghiệm hay một người nấu ăn tại nhà mong muốn nâng cao kỹ năng nấu nướng của mình, những công thức nấu ăn này đều được thiết kế để làm sáng tỏ nghệ thuật bọc thực phẩm và mang lại sự sang trọng cho người sành ăn trên bàn ăn của bạn.

Hãy tham gia cùng chúng tôi khi chúng tôi làm sáng tỏ các lớp bánh ngọt xốp, khám phá phần nhân mọng nước và đi sâu vào thế giới ẩm thực tinh tế. "Nghệ thuật ẩm thực của Wellington và En Croûte " không chỉ là một cuốn sách dạy nấu ăn mà còn là lời mời gọi biến căn bếp của bạn thành một bức tranh vẽ nghệ thuật dành cho người sành ăn. Vì vậy, hãy đeo tạp dề, mài dao và để kiệt tác ẩm thực được bộc lộ.

WELLINGTON

1. Thịt bò cổ điển Wellington

THÀNH PHẦN:
- 2 lb thăn bò
- 2 muỗng canh dầu ô liu
- Muối và hạt tiêu cho vừa ăn
- 1 lb nấm, thái nhỏ
- 4 muỗng canh mù tạt Dijon
- 8 lát thịt giăm bông
- Tấm bánh phồng

HƯỚNG DẪN:
a) Làm nóng lò ở nhiệt độ 425°F (220°C).
b) Chà thịt bò với dầu ô liu, muối và hạt tiêu.
c) Áp chảo thịt bò trên chảo nóng cho đến khi chín vàng đều các mặt.
d) Cho nấm vào chảo cho đến khi hơi ẩm bay hơi.
e) Quét thịt bò với mù tạt, phủ prosciutto lên, sau đó cho hỗn hợp nấm vào.
f) Tung ra bánh phồng và bọc thịt bò, dán kín các cạnh.
g) Nướng trong 25-30 phút hoặc cho đến khi có màu vàng nâu.

2.cá hồi Wellington

THÀNH PHẦN:
- 1 tờ bánh phồng
- 1 lb (450 g) phi lê cá hồi, bỏ da
- 1/2 cốc (120 g) phô mai kem, làm mềm
- 1/4 cốc (60 ml) thì là tươi cắt nhỏ
- 2 muỗng canh (30 ml) mù tạt Dijon
- 1 thìa canh (15ml) nước cốt chanh
- Muối và tiêu
- 1 quả trứng, đánh bông
- Bột, để phủ bụi

HƯỚNG DẪN:
a) Làm nóng lò ở nhiệt độ 400°F (200°C).
b) Cán bột bánh phồng trên bề mặt đã phủ bột mì nhẹ thành hình chữ nhật.
c) Trong một cái bát, trộn phô mai kem, thì là cắt nhỏ, mù tạt Dijon, nước cốt chanh, muối và hạt tiêu với nhau.
d) Trải đều hỗn hợp kem phô mai lên bánh phồng, để lại đường viền 1 inch (2,5 cm).
e) Đặt phi lê cá hồi lên trên hỗn hợp kem phô mai và gấp bánh lại để bao bọc hoàn toàn cá hồi, bịt kín các cạnh.
f) Quét trứng đã đánh lên trên mặt bánh và dùng dao sắc khía đường chéo lên mặt bánh.
g) Nướng trong 25-30 phút hoặc cho đến khi bánh có màu nâu vàng và cá hồi chín.
h) Để nguội trong 5-10 phút trước khi cắt và phục vụ. Thưởng thức!

3. Thịt bò và nấm Wellington

THÀNH PHẦN:
- 2 tờ bánh phồng
- 4 miếng thăn bò bít tết
- 1/4 cốc mù tạt Dijon
- 1/4 chén nấm xắt nhỏ
- 1/4 chén hành tây xắt nhỏ
- 2 tép tỏi, băm nhỏ
- 2 muỗng canh bơ
- Muối và tiêu

HƯỚNG DẪN:
a) Làm nóng lò ở nhiệt độ 400°F (200°C).
b) Nêm bít tết thăn bò với muối và hạt tiêu.
c) Trong chảo, làm tan bơ và xào nấm, hành và tỏi cho đến khi mềm.
d) Lăn bánh phồng lên một bề mặt có phủ bột mì nhẹ và phết mù tạt Dijon lên đó.
e) Đặt miếng bít tết thăn bò lên trên mù tạt và dùng thìa múc hỗn hợp nấm lên miếng bít tết.
f) Quấn bánh ngọt quanh thịt bò và phết nước rửa trứng lên.
g) Nướng trong 25-30 phút hoặc cho đến khi bánh có màu vàng nâu.

4. Thư rác Wellington

THÀNH PHẦN:
- 1 (12-ounce) lon Spam, nguyên (không thái hạt lựu)
- 1 gói bánh phồng
- 1 quả trứng, đánh nhẹ (để rửa trứng)
- 2 muỗng canh mù tạt Dijon
- 1 thìa mật ong
- Muối và hạt tiêu cho vừa ăn
- Tùy chọn: 2 muỗng canh bơ để phết

HƯỚNG DẪN:

a) Làm nóng lò nướng của bạn ở nhiệt độ 375°F (190°C). Dòng một tấm nướng bánh bằng giấy giấy da.

b) Trong một bát nhỏ, trộn mù tạt Dijon, mật ong, muối và hạt tiêu để tạo thành mù tạt.

c) Tung ra tấm bánh phồng trên bề mặt đã phủ bột mì.

d) Đặt toàn bộ Spam vào giữa tấm bánh phồng.

e) Phủ men mù tạt lên mặt trên và các mặt của Thư rác.

f) Gấp bánh phồng lên trên Thư rác để bao bọc nó hoàn toàn. Nhấn các cạnh để niêm phong.

g) Đặt Spam đã bọc lên khay nướng đã chuẩn bị sẵn, úp mặt đường may xuống.

h) Quét trứng đã đánh lên trên mặt bánh để có lớp vỏ vàng.

i) Tùy chọn, phết bánh ngọt với bơ tan chảy để tăng hương vị và kết cấu.

j) Nướng Spam Wellington trong lò làm nóng trước khoảng 25-30 phút hoặc cho đến khi bánh phồng lên và vàng.

k) Lấy Wellington ra khỏi lò và để nguội một chút trước khi cắt lát.

l) Hãy phục vụ món Spam Wellington thanh lịch và thơm ngon này như một món ăn độc đáo và ấn tượng!

5.Thịt bò nhỏ Wellington

THÀNH PHẦN:
- 1 pound thăn bò, cắt thành từng miếng nhỏ
- Muối và hạt tiêu cho vừa ăn
- 2 muỗng canh dầu ô liu
- 1 muỗng canh mù tạt Dijon
- 1 gói (17,3 ounce) bánh phồng, rã đông
- 1 quả trứng đánh tan (để rửa trứng)
- Tùy chọn: Duxelles nấm (hỗn hợp nấm) để tăng thêm hương vị

HƯỚNG DẪN:

a) Làm nóng lò nướng của bạn ở nhiệt độ 400°F (200°C).

b) Nêm các miếng huy chương thịt bò với muối và hạt tiêu ở tất cả các mặt.

c) Trong chảo nóng, đun nóng dầu ô liu trên lửa vừa cao.

d) Áp chảo các miếng thịt bò trong khoảng 1-2 phút mỗi mặt cho đến khi chín vàng. Hủy bỏ nhiệt và đặt sang một bên.

e) Cán bánh phồng trên bề mặt có phủ bột mì nhẹ với độ dày khoảng 1/4 inch.

f) Cắt bánh phồng thành hình vuông hoặc hình chữ nhật, đủ lớn để bọc các miếng thịt bò.

g) Tùy chọn: Trải một lớp mỏng mù tạt Dijon hoặc nấm duxelles lên mỗi miếng bánh phồng để tăng thêm hương vị.

h) Đặt huy chương thịt bò áp chảo vào giữa mỗi miếng bánh phồng.

i) Gấp các cạnh của bánh phồng lên trên thịt bò, dán kín hoàn toàn.

j) Đặt miếng thịt bò Wellington đã bọc lên khay nướng có lót giấy nến, úp mặt xuống.

k) Phủ trứng đã đánh lên phần trên của Wellingtons để có lớp sơn vàng.

l) Nướng trong lò làm nóng trước khoảng 15-20 phút hoặc cho đến khi bánh phồng có màu nâu vàng và thịt bò đạt độ chín như bạn mong muốn.

m) Lấy ra khỏi lò và để thịt bò Wellington nhỏ nghỉ vài phút trước khi dùng.

n) Dùng như một món khai vị thú vị và thưởng thức thịt bò mềm và bánh phồng xốp.

6. Bánh mì thịt Wellington

THÀNH PHẦN:
- 1 lon (10,75 ounce) kem súp nấm đặc
- 2 pound thịt bò xay
- ½ chén vụn bánh mì khô, loại tốt
- 1 quả trứng, đánh nhẹ
- ⅓ chén hành tây, thái nhỏ
- 1 thìa cà phê muối
- ⅓ cốc nước
- Gói 8 ounce bánh cuộn hình lưỡi liềm để lạnh

HƯỚNG DẪN:
a) Làm nóng lò ở nhiệt độ 375 độ F.
b) Trộn kỹ ½ chén súp, thịt bò, vụn bánh mì, trứng, hành tây và muối.
c) Tạo hình chắc chắn thành ổ bánh mì 4 x 8 inch; đặt vào một cái chảo nướng nông.
d) Nướng trong 1 giờ. Trong một cái chảo, trộn phần súp còn lại, nước và 2 đến 3 muỗng canh nước nhỏ giọt. Nhiệt; khuấy thỉnh thoảng phục vụ với ổ bánh mì.
e) Sau khi ổ bánh được chuẩn bị xong, hãy múc từng thìa mỡ ra.
f) Tách các cuộn bánh mì hình lưỡi liềm và đặt chúng theo chiều ngang lên trên và dưới của ổ bánh mì thịt, hơi chồng lên nhau.
g) Nướng thêm 15 phút nữa.

7.gà Wellington

THÀNH PHẦN:
- 4 miếng ức gà không xương, không da
- Muối và hạt tiêu cho vừa ăn
- 2 muỗng canh dầu ô liu
- 1 chén rau bina, xắt nhỏ
- 1/2 chén phô mai feta, vụn
- Tấm bánh phồng

HƯỚNG DẪN:
a) Làm nóng lò ở nhiệt độ 400°F (200°C).
b) Gà nêm với muối và hạt tiêu.
c) Chiên gà trong dầu ô liu cho đến khi chín vàng.
d) Trộn rau bina và feta, đặt lên thịt gà.
e) Cán mỏng bánh phồng, bọc gà, dán mép.
f) Nướng trong 25-30 phút cho đến khi bánh vàng.

8.Vit Wellington

THÀNH PHẦN:
- 2 ức vịt
- Muối và hạt tiêu cho vừa ăn
- 2 muỗng canh dầu ô liu
- 1 chén nấm, thái nhỏ
- 2 muỗng canh rượu mạnh
- Gan ngỗng (tùy chọn)
- Tấm bánh phồng

HƯỚNG DẪN:
a) Làm nóng lò ở nhiệt độ 400°F (200°C).
b) Ướp ức vịt với muối và tiêu.
c) Chiên vịt trong dầu ô liu cho đến khi da giòn.
d) Xào nấm, thêm rượu mạnh, nấu cho đến khi chất lỏng bay hơi.
e) Đặt gan ngỗng (nếu dùng) lên vịt, rắc hỗn hợp nấm lên trên.
f) Cán mỏng bánh phồng, bọc vịt, dán mép.
g) Nướng trong 25-30 phút cho đến khi bánh vàng.

9.Thịt Cừu Wellington

THÀNH PHẦN:
- 2 lb thăn cừu
- Muối và hạt tiêu cho vừa ăn
- 2 muỗng canh dầu ô liu
- 1 cốc thạch bạc hà
- 1 cốc vụn bánh mì
- Tấm bánh phồng

HƯỚNG DẪN:
a) Làm nóng lò ở nhiệt độ 400°F (200°C).
b) Ướp thịt cừu với muối và hạt tiêu.
c) Chiên thịt cừu trong dầu ô liu cho đến khi chín vàng.
d) Quét thịt cừu với thạch bạc hà, phủ một lớp vụn bánh mì.
e) Tung ra bánh phồng, bọc thịt cừu, dán mép.
f) Nướng trong 25-30 phút cho đến khi bánh vàng.

10.Hải sản Wellington

THÀNH PHẦN:
- 4 phi lê cá trắng
- Muối và hạt tiêu cho vừa ăn
- 2 muỗng canh dầu ô liu
- 1 chén hỗn hợp hải sản (tôm, sò điệp, v.v.)
- 1/2 chén kem phô mai
- Tấm bánh phồng

HƯỚNG DẪN:
a) Làm nóng lò ở nhiệt độ 400°F (200°C).
b) Nêm cá với muối và hạt tiêu.
c) Xào hỗn hợp hải sản cho đến khi chín, trộn với phô mai kem.
d) Cán bánh phồng, đặt cá, phết hỗn hợp hải sản.
e) Quấn bánh quanh miếng cá, dán kín các mép.
f) Nướng trong 20-25 phút cho đến khi bánh vàng.
g) Thưởng thức các công thức nấu ăn Wellington bổ sung này!

11.Cá tuế Wellington cà ri

THÀNH PHẦN:
- 4 phi lê cá chày
- Muối và hạt tiêu cho vừa ăn
- 2 muỗng canh dầu ô liu
- 2 muỗng canh bột cà ri
- 1 củ hành tây, thái nhỏ
- 2 tép tỏi, băm nhỏ
- 1 cốc nước cốt dừa
- 1 chén rau bina, xắt nhỏ
- Tấm bánh phồng

HƯỚNG DẪN:
a) Làm nóng lò ở nhiệt độ 400°F (200°C).
b) Ướp phi lê cá chày với muối, tiêu và bột cà ri.
c) Chiên cá chày trong dầu ô liu cho đến khi chín vàng đều các mặt.
d) Trong cùng một chảo, xào hành và tỏi cho đến khi mềm.
e) Thêm nước cốt dừa vào chảo và đun nhỏ lửa. Để hỗn hợp đặc lại một chút.
f) Thêm rau bina cắt nhỏ vào hỗn hợp cà ri, khuấy đều cho đến khi héo.
g) Cán mỏng bánh phồng và đặt một phần hỗn hợp rau bina-cà ri lên mỗi miếng phi lê.
h) Quấn bánh phồng quanh con cá chày, dán kín các mép.
i) Đặt cá chày đã bọc lên khay nướng và nướng trong 20-25 phút hoặc cho đến khi bánh có màu vàng nâu.
j) Phục vụ món cà ri Monkfish Wellington với cơm hoặc các món ăn kèm yêu thích của bạn. Thưởng thức!

12. Thịt nai Wellington

THÀNH PHẦN:
- 4 phi lê thịt nai
- Muối và hạt tiêu cho vừa ăn
- 2 muỗng canh dầu ô liu
- 1/2 chén rượu vang đỏ
- 1 củ hành tây, thái nhỏ
- 2 tép tỏi, băm nhỏ
- 8 oz nấm, thái nhỏ
- 1 muỗng canh húng tây tươi, xắt nhỏ
- mù tạt Dijon
- Tấm bánh phồng
- 1 quả trứng (để rửa trứng)

HƯỚNG DẪN:
a) Làm nóng lò ở nhiệt độ 400°F (200°C).
b) Nêm phi lê thịt nai với muối và hạt tiêu.
c) Trên chảo nóng, chiên phi lê trong dầu ô liu cho đến khi chín vàng đều các mặt.
d) Khử men trên chảo bằng rượu vang đỏ, loại bỏ những vết ố vàng. Để qua một bên.
e) Trong cùng một chảo, xào hành và tỏi cho đến khi mềm.
f) Thêm nấm và húng tây vào, nấu cho đến khi nấm nhả hơi ẩm và chuyển sang màu nâu vàng.
g) Rưới mù tạt Dijon lên phi lê thịt nai đã ướp.
h) Đặt một phần hỗn hợp nấm lên trên mỗi miếng phi lê.
i) Tung ra bánh phồng và bọc từng miếng phi lê, dán kín các cạnh.
j) Đặt phi lê đã bọc lên khay nướng.
k) Quét bánh phồng bằng nước rửa trứng để có lớp vỏ vàng.
l) Nướng trong 20-25 phút hoặc cho đến khi bánh có màu vàng nâu.
m) Phục vụ món Venison Wellington của bạn với rượu vang đỏ hoặc nước sốt yêu thích của bạn. Hãy thưởng thức món ăn thanh lịch và đầy hương vị này nhé!

13. Thịt bò Wellington với rau bina và nấm hạt dẻ

THÀNH PHẦN:
- 1,5kg thăn bò
- Muối và hạt tiêu đen cho vừa ăn
- 2 muỗng canh dầu ô liu
- 1 lb nấm hạt dẻ, thái nhỏ
- 2 tép tỏi, băm nhỏ
- 2 chén rau bina tươi, xắt nhỏ
- 2 muỗng canh mù tạt Dijon
- 8 lát thịt giăm bông
- Tấm bánh phồng
- 1 quả trứng (để rửa trứng)

HƯỚNG DẪN:

a) Làm nóng lò ở nhiệt độ 425°F (220°C).
b) Nêm thăn bò với muối và hạt tiêu đen.
c) Đun nóng dầu ô liu trong chảo và áp chảo thịt bò cho đến khi chín vàng đều các mặt. Để qua một bên.
d) Trong cùng một chảo, xào nấm và tỏi cho đến khi nấm nhả hơi ẩm và chuyển sang màu vàng.
e) Thêm rau bina cắt nhỏ vào hỗn hợp nấm và nấu cho đến khi héo. Để hỗn hợp nguội.
f) Rưới mù tạt Dijon lên thăn bò xào.
g) Xếp các lát prosciutto lên một tấm bọc nhựa, hơi chồng lên nhau.
h) Trải hỗn hợp nấm và rau bina lên prosciutto.
i) Đặt thịt bò lên trên và lăn hỗn hợp prosciutto và nấm xung quanh thịt bò, tạo thành khúc gỗ.
j) Tung ra bánh phồng và bọc khúc thịt bò, bịt kín các cạnh.
k) Quét bánh bằng nước rửa trứng để có lớp vỏ vàng.
l) Đặt thịt bò đã bọc lên khay nướng và nướng trong 25-30 phút hoặc cho đến khi bánh có màu vàng nâu.
m) Để thịt bò Wellington nghỉ vài phút trước khi cắt lát. Ăn kèm với nước sốt yêu thích của bạn và thưởng thức!

14. Rau mùi tây và Porcini Wellington

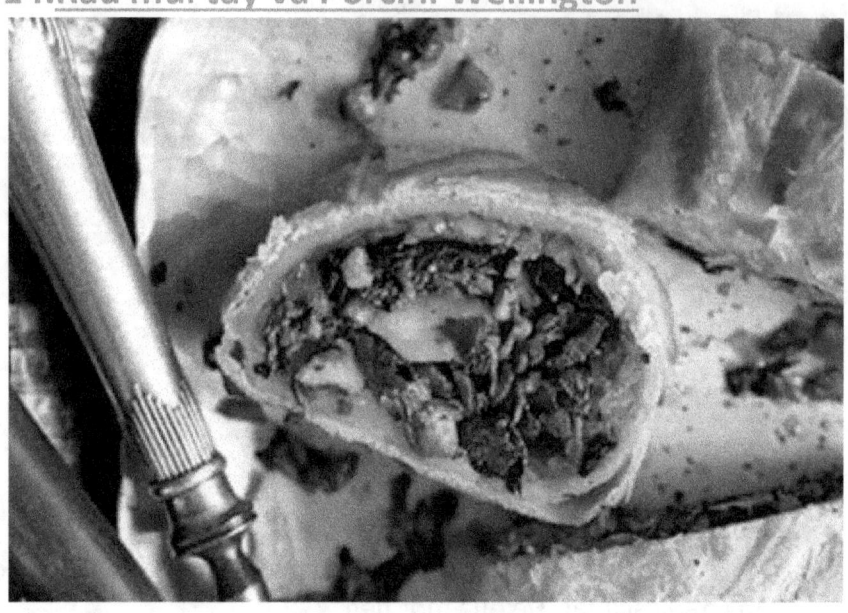

THÀNH PHẦN:
- 2 chén nấm porcini khô
- 1 cốc nước sôi
- 2 muỗng canh dầu ô liu
- 1 củ hành tây, thái nhỏ
- 3 tép tỏi, băm nhỏ
- 4 củ cải, gọt vỏ và xay nhuyễn
- 1 cốc vụn bánh mì
- 1/2 chén mùi tây tươi, xắt nhỏ
- Muối và hạt tiêu đen cho vừa ăn
- Tấm bánh phồng
- 1 quả trứng (để rửa trứng)

HƯỚNG DẪN:
a) Làm nóng lò ở nhiệt độ 400°F (200°C).
b) Đặt nấm porcini khô vào tô và đậy lại bằng nước sôi. Để chúng ngâm trong 20 phút, sau đó để ráo nước và cắt nhỏ.
c) Trong chảo, đun nóng dầu ô liu rồi xào hành và tỏi cho đến khi mềm.
d) Thêm rau mùi tây đã bào vào chảo và nấu cho đến khi chúng giải phóng độ ẩm và trở nên mềm.
e) Khuấy nấm porcini cắt nhỏ, vụn bánh mì và rau mùi tây tươi. Nêm muối và hạt tiêu đen. Để hỗn hợp nguội.
f) Cán mỏng bánh phồng và phết hỗn hợp rau mùi tây và porcini lên bánh ngọt.
g) Đặt hỗn hợp rau mùi tây và porcini vào giữa bánh ngọt, chừa khoảng trống xung quanh các cạnh.
h) Gấp bánh ngọt lên trên phần nhân, dán kín các cạnh. Bạn có thể tạo họa tiết dạng lưới ở trên nếu muốn.
i) Quét bánh bằng nước rửa trứng để có lớp vỏ vàng.
j) Đặt miếng Wellington đã bọc lên khay nướng và nướng trong 25-30 phút hoặc cho đến khi bánh có màu nâu vàng.
k) Để Parsnip và Porcini Wellington nguội trong vài phút trước khi cắt. Ăn kèm với nước sốt hoặc tương ớt yêu thích của bạn. Thưởng thức!

15. Nấm thuần chay Wellington

THÀNH PHẦN:
- 2 muỗng canh dầu ô liu
- 1 củ hành tây, thái nhỏ
- 3 tép tỏi, băm nhỏ
- 1 lb nấm hỗn hợp (chẳng hạn như cremini, nấm hương và hàu), thái nhỏ
- 1 chén rau bina, xắt nhỏ
- 1/2 chén quả óc chó, xắt nhỏ
- 1 muỗng canh nước tương
- 1 muỗng cà phê húng tây, khô
- Muối và hạt tiêu đen cho vừa ăn
- Tấm bánh phồng
- 1 muỗng canh sữa thực vật (để đánh răng)
- Hạt mè (tùy chọn, để trang trí)

HƯỚNG DẪN:

a) Làm nóng lò ở nhiệt độ 400°F (200°C).
b) Trong chảo, đun nóng dầu ô liu rồi xào hành và tỏi cho đến khi mềm.
c) Thêm nấm cắt nhỏ vào chảo và nấu cho đến khi hơi ẩm bay hơi.
d) Khuấy rau bina, quả óc chó, nước tương, húng tây, muối và hạt tiêu đen. Nấu cho đến khi rau bina héo. Để hỗn hợp nguội.
e) Cán mỏng bánh phồng và phết hỗn hợp nấm lên trên bánh.
f) Đặt hỗn hợp nấm vào giữa bánh, chừa khoảng trống xung quanh các cạnh.
g) Gấp bánh ngọt lên trên phần nhân, dán kín các cạnh. Bạn có thể tạo họa tiết dạng lưới ở trên nếu muốn.
h) Quét sữa thực vật lên bánh ngọt để có lớp hoàn thiện vàng. Tùy ý, rắc hạt vừng lên trên.
i) Đặt miếng Wellington đã bọc lên khay nướng và nướng trong 25-30 phút hoặc cho đến khi bánh có màu nâu vàng.
j) Để nấm thuần chay Wellington nguội trong vài phút trước khi cắt lát. Ăn kèm với nước sốt thuần chay hoặc nước sốt yêu thích của bạn. Hãy thưởng thức phiên bản thơm ngon và có nguồn gốc từ thực vật này!

16. Nấm Miso thuần chay, bí và hạt dẻ Wellington

THÀNH PHẦN:
- 2 muỗng canh dầu ô liu
- 1 củ hành tây, thái nhỏ
- 3 tép tỏi, băm nhỏ
- 1 lb nấm hỗn hợp (chẳng hạn như nấm hương, cremini và hàu), thái nhỏ
- 1 chén bí đỏ, thái hạt lựu
- 1 chén hạt dẻ, nấu chín và cắt nhỏ
- 2 muỗng canh miso dán
- 1 muỗng canh nước tương
- 1 muỗng cà phê húng tây, khô
- Muối và hạt tiêu đen cho vừa ăn
- Tấm bánh phồng
- 1 muỗng canh sữa thực vật (để đánh răng)
- Hạt mè (tùy chọn, để trang trí)

HƯỚNG DẪN:
a) Làm nóng lò ở nhiệt độ 400°F (200°C).
b) Trong chảo, đun nóng dầu ô liu rồi xào hành và tỏi cho đến khi mềm.
c) Thêm nấm cắt nhỏ vào chảo và nấu cho đến khi hơi ẩm bay hơi.
d) Khuấy bí đỏ thái hạt lựu, hạt dẻ, tương miso, nước tương, húng tây, muối và tiêu đen. Nấu cho đến khi bí mềm. Để hỗn hợp nguội.
e) Cán mỏng bánh phồng và phết hỗn hợp nấm, bí và hạt dẻ lên bánh ngọt.
f) Đặt nhân vào giữa bánh, chừa khoảng trống xung quanh các cạnh.
g) Gấp bánh ngọt lên trên phần nhân, dán kín các cạnh. Bạn có thể tạo họa tiết dạng lưới ở trên nếu muốn.
h) Quét sữa thực vật lên bánh ngọt để có lớp hoàn thiện vàng. Tùy ý, rắc hạt vừng lên trên.
i) Đặt miếng Wellington đã bọc lên khay nướng và nướng trong 25-30 phút hoặc cho đến khi bánh có màu vàng nâu.
j) Để nấm Miso thuần chay, bí và hạt dẻ Wellington nguội trong vài phút trước khi cắt lát.
k) Ăn kèm với nước sốt thuần chay hoặc nước sốt yêu thích của bạn. Hãy thưởng thức món Wellington có hương vị và thực vật này!

17.Súp lơ Wellington

THÀNH PHẦN:
- 1 đầu súp lơ lớn
- 2 muỗng canh dầu ô liu
- 1 củ hành tây, thái nhỏ
- 3 tép tỏi, băm nhỏ
- 1 chén nấm, thái nhỏ
- 1 cốc vụn bánh mì
- 1 chén rau bina, xắt nhỏ
- 1 muỗng canh mù tạt Dijon
- Tấm bánh phồng
- 1 muỗng canh sữa thực vật (để đánh răng)
- Hạt mè (tùy chọn, để trang trí)

HƯỚNG DẪN:
a) Làm nóng lò ở nhiệt độ 400°F (200°C).
b) Loại bỏ lá và cuống khỏi súp lơ, giữ nguyên phần đầu.
c) Hấp toàn bộ súp lơ cho đến khi hơi mềm nhưng không quá mềm.
d) Trong chảo, đun nóng dầu ô liu rồi xào hành và tỏi cho đến khi mềm.
e) Thêm nấm cắt nhỏ vào chảo và nấu cho đến khi hơi ẩm bay hơi.
f) Trộn vụn bánh mì và rau bina cho đến khi hỗn hợp được kết hợp tốt . Để nó nguội.
g) Rưới mù tạt Dijon lên súp lơ hấp.
h) Cán mỏng bánh phồng và đặt súp lơ vào giữa, phủ hỗn hợp nấm và rau bina lên trên.
i) Gấp bánh ngọt lên trên súp lơ, dán kín các cạnh. Bạn có thể tạo họa tiết dạng lưới ở trên nếu muốn.
j) Quét sữa thực vật lên bánh ngọt để có lớp hoàn thiện vàng. Tùy ý, rắc hạt vừng lên trên.
k) Đặt miếng Wellington đã bọc lên khay nướng và nướng trong 25-30 phút hoặc cho đến khi bánh có màu vàng nâu.
l) Để súp lơ Wellington nguội trong vài phút trước khi cắt. Ăn kèm với nước sốt thuần chay hoặc nước sốt yêu thích của bạn. Chúc bạn ngon miệng và ngon miệng với món ăn thuần chay này nhé!

18. Thịt cừu Wellington với diêm mạch và nhân thảo mộc

THÀNH PHẦN:
- 4 miếng thăn cừu
- Muối và hạt tiêu đen cho vừa ăn
- 2 muỗng canh dầu ô liu
- 1 chén quinoa, nấu chín
- 1 củ hành tây, thái nhỏ
- 3 tép tỏi, băm nhỏ
- 1/2 chén hỗn hợp các loại thảo mộc (chẳng hạn như rau mùi tây, bạc hà và húng tây), xắt nhỏ
- Vỏ của một quả chanh
- Tấm bánh phồng
- 1 quả trứng (để rửa trứng)

HƯỚNG DẪN:
a) Làm nóng lò ở nhiệt độ 400°F (200°C).
b) Ướp sườn cừu với muối và tiêu đen.
c) Trong chảo, đun nóng dầu ô liu và áp chảo sườn cừu cho đến khi chín vàng đều các mặt. Để qua một bên.
d) Trong cùng một chảo, xào hành và tỏi cho đến khi mềm.
e) Trong một cái bát, trộn quinoa đã nấu chín, hành tây xào, tỏi, các loại thảo mộc hỗn hợp và vỏ chanh. Để hỗn hợp nguội.
f) Cán mỏng bánh phồng và đặt một phần quinoa và nhân thảo mộc lên mỗi miếng thăn cừu.
g) Đặt từng miếng thịt cừu lên bánh ngọt, sau đó quấn bánh quanh miếng thịt cừu, dán kín các mép.
h) Quét bánh bằng nước rửa trứng để có lớp vỏ vàng.
i) Đặt miếng thịt cừu Wellington đã bọc lên khay nướng và nướng trong 20-25 phút hoặc cho đến khi bánh có màu nâu vàng.
j) Cho phép Lamb Wellingtons với Quinoa và Herb Stuffing nghỉ ngơi trong vài phút trước khi phục vụ. Hãy thưởng thức những chiếc Wellington đầy hương vị và thanh lịch này!

19. Bò wellingtons

THÀNH PHẦN:
- 4 miếng thăn bò bít tết (mỗi miếng 6 oz)
- Muối và hạt tiêu đen cho vừa ăn
- 2 muỗng canh dầu ô liu
- 1 lb nấm, thái nhỏ
- 2 tép tỏi, băm nhỏ
- 1/4 chén rượu trắng khô
- 2 muỗng canh mù tạt Dijon
- 8 lát thịt giăm bông
- Tấm bánh phồng
- 1 quả trứng (để rửa trứng)

HƯỚNG DẪN:
a) Làm nóng lò ở nhiệt độ 425°F (220°C).
b) Nêm bít tết thăn bò với muối và tiêu đen.
c) Trên chảo nóng, áp chảo bít tết trong dầu ô liu cho đến khi chín vàng đều các mặt. Để qua một bên.
d) Trong cùng một chảo, thêm nấm và tỏi cắt nhỏ. Nấu cho đến khi nấm nhả hơi ẩm.
e) Đổ rượu trắng vào và nấu cho đến khi chất lỏng bay hơi. Tắt bếp và để hỗn hợp nguội.
f) Quét từng miếng bít tết với mù tạt Dijon.
g) Xếp các lát prosciutto lên một tấm bọc nhựa, hơi chồng lên nhau.
h) Trải một lớp hỗn hợp nấm lên prosciutto.
i) Đặt miếng bít tết thăn bò lên trên và cuộn hỗn hợp prosciutto và nấm xung quanh miếng bít tết, tạo thành từng gói riêng lẻ.
j) Cán mỏng bánh phồng và bọc từng miếng thịt bò, dán kín các mép.
k) Quét bánh bằng nước rửa trứng để có lớp vỏ vàng.
l) Đặt từng miếng Bò Wellington lên khay nướng và nướng trong 20-25 phút hoặc cho đến khi bánh có màu nâu vàng.
m) Để từng miếng thịt bò Wellington nghỉ ngơi vài phút trước khi phục vụ.
n) Ăn kèm với nước sốt yêu thích của bạn, chẳng hạn như nước sốt rượu vang đỏ hoặc nước sốt nấm.

20. Thịt bò nhỏ và prosciutto Wellington

THÀNH PHẦN:
- 8 huy chương thăn bò (đường kính khoảng 2 inch)
- Muối và hạt tiêu đen cho vừa ăn
- 1 muỗng canh dầu ô liu
- 1 chén nấm, thái nhỏ
- 1 tép tỏi, băm nhỏ
- 2 muỗng canh rượu vang đỏ
- 2 muỗng canh mù tạt Dijon
- 8 lát thịt giăm bông
- Tấm bánh phồng
- 1 quả trứng (để rửa trứng)

HƯỚNG DẪN:
a) Làm nóng lò ở nhiệt độ 425°F (220°C).
b) Nêm các miếng thăn bò với muối và tiêu đen.
c) Trong chảo, đun nóng dầu ô liu và chiên các huy chương cho đến khi chín vàng đều các mặt. Để qua một bên.
d) Trong cùng một chảo, thêm nấm và tỏi cắt nhỏ. Nấu cho đến khi nấm nhả hơi ẩm.
e) Đổ rượu vang đỏ vào và nấu cho đến khi chất lỏng bay hơi. Tắt bếp và để hỗn hợp nguội.
f) Quét từng miếng thịt bò với mù tạt Dijon.
g) Xếp các lát prosciutto lên một tấm bọc nhựa, hơi chồng lên nhau.
h) Trải một lớp hỗn hợp nấm lên prosciutto.
i) Đặt huy chương thịt bò lên trên và cuộn hỗn hợp prosciutto và nấm xung quanh huy chương, tạo thành những gói nhỏ.
j) Cán mỏng từng miếng bánh phồng và bọc từng miếng thịt bò Wellington nhỏ, dán kín các mép.
k) Quét bánh bằng nước rửa trứng để có lớp vỏ vàng.
l) Đặt những miếng thịt bò Wellington nhỏ lên khay nướng và nướng trong 15-20 phút hoặc cho đến khi bánh có màu nâu vàng.
m) Để thịt bò Wellington nhỏ nghỉ ngơi vài phút trước khi dùng. Dùng như một món khai vị thanh lịch hoặc một bữa ăn nhẹ thú vị trong bữa tiệc.
n) Hãy thưởng thức những món ăn vừa miệng này!

21.Thịt bò xay Wellington

THÀNH PHẦN:
- 1 lb thịt bò xay
- Muối và hạt tiêu đen cho vừa ăn
- 1 muỗng canh dầu ô liu
- 1 củ hành tây, thái nhỏ
- 2 tép tỏi, băm nhỏ
- 1 chén nấm, thái nhỏ
- 2 muỗng canh sốt Worcestershire
- 2 muỗng canh mù tạt Dijon
- 1/2 chén vụn bánh mì
- Tấm bánh phồng
- 1 quả trứng (để rửa trứng)

HƯỚNG DẪN:
a) Làm nóng lò ở nhiệt độ 400°F (200°C).
b) Trong chảo, đun nóng dầu ô liu rồi xào hành và tỏi cho đến khi mềm.
c) Thêm thịt bò xay vào chảo và nấu cho đến khi chín vàng. Nêm muối và hạt tiêu đen.
d) Thêm nấm cắt nhỏ vào hỗn hợp thịt bò và nấu cho đến khi nấm nhả hơi ẩm.
e) Khuấy sốt Worcestershire, mù tạt Dijon và vụn bánh mì. Để hỗn hợp nguội.
f) Cán mỏng bánh phồng và phết hỗn hợp thịt bò xay lên bánh.
g) Gấp bánh ngọt lên trên phần nhân, dán kín các cạnh. Bạn có thể tạo họa tiết dạng lưới ở trên nếu muốn.
h) Quét bánh bằng nước rửa trứng để có lớp vỏ vàng.
i) Đặt Thịt bò xay Wellington đã bọc lên khay nướng và nướng trong 25-30 phút hoặc cho đến khi bánh có màu nâu vàng.
j) Để thịt bò xay Wellington nguội trong vài phút trước khi cắt lát. Ăn kèm với nước sốt hoặc nước thịt yêu thích của bạn. Hãy tận hưởng phiên bản đơn giản hóa này của Wellington cổ điển!

22. Bò Wellington trộn nấm Creole

THÀNH PHẦN:
- 1,5kg thăn bò
- Muối và hạt tiêu đen cho vừa ăn
- 2 muỗng canh dầu ô liu
- 1 chén nấm cremini, thái nhỏ
- 1 chén nấm shiitake, thái nhỏ
- 1 chén nấm sò, thái nhỏ
- 1 củ hành tây, thái nhỏ
- 2 tép tỏi, băm nhỏ
- 1 muỗng cà phê húng tây, khô
- 1 muỗng cà phê ớt bột
- 1/2 muỗng cà phê ớt cayenne (điều chỉnh theo khẩu vị)
- 2 muỗng canh sốt Worcestershire
- Tấm bánh phồng
- mù tạt Dijon
- 1 quả trứng (để rửa trứng)

HƯỚNG DẪN:
a) Làm nóng lò ở nhiệt độ 425°F (220°C).
b) Nêm thăn bò với muối và hạt tiêu đen.
c) Trên chảo nóng, áp chảo thịt bò trong dầu ô liu cho đến khi chín vàng đều các mặt. Để qua một bên.
d) Trong cùng một chảo, xào hành và tỏi cho đến khi mềm.
e) Thêm nấm cremini, nấm hương và nấm sò vào chảo. Nấu cho đến khi nấm nhả hơi ẩm.
f) Khuấy húng tây, ớt bột, ớt cayenne và sốt Worcestershire. Nấu cho đến khi hỗn hợp được kết hợp tốt. Để nó nguội.
g) Cán mỏng bánh phồng và phết mù tạt Dijon lên thịt bò.
h) Đặt hỗn hợp nấm lên thịt bò, phủ đều.
i) Bọc thịt bò trong bánh phồng, dán kín các mép. Bạn có thể tạo họa tiết dạng lưới ở trên nếu muốn.
j) Quét bánh bằng nước rửa trứng để có lớp vỏ vàng.
k) Đặt thịt bò Wellington đã bọc lên khay nướng và nướng trong 25-30 phút hoặc cho đến khi bánh có màu vàng nâu.
l) Để thịt bò Wellington với hỗn hợp nấm Creole nghỉ vài phút trước khi cắt.

23. Thịt bò Sous Vide Wellington

THÀNH PHẦN:
- 4 miếng thăn bò bít tết (mỗi miếng 6 oz)
- Muối và hạt tiêu đen cho vừa ăn
- 2 muỗng canh dầu ô liu
- Đối với Sous Vide:
- 1 muỗng canh dầu ô liu
- Nhánh húng tây tươi
- Tỏi tép, nghiền nát
- 1 chén nấm cremini , thái nhỏ
- 1 chén nấm shiitake, thái nhỏ
- 1 chén nấm sò, thái nhỏ
- 1 củ hành tây, thái nhỏ
- 2 tép tỏi, băm nhỏ
- 1 muỗng cà phê húng tây, khô
- 1 muỗng cà phê ớt bột
- 1/2 muỗng cà phê ớt cayenne (điều chỉnh theo khẩu vị)
- 2 muỗng canh sốt Worcestershire
- Tấm bánh phồng
- mù tạt Dijon
- 1 quả trứng (để rửa trứng)

HƯỚNG DẪN:
CHUẨN BỊ SOUS VIDE:

a) Làm nóng trước nồi nấu sous vide đến độ chín mà bạn mong muốn cho thịt thăn bò (ví dụ: 130°F / 54°C đối với thịt tái vừa).

b) Nêm bít tết thăn bò với muối và tiêu đen. Đặt chúng vào túi sous vide với dầu ô liu, húng tây tươi và tép tỏi nghiền nát .

c) Nấu thịt bò trong nồi sous vide trong 1,5 đến 4 giờ, tùy thuộc vào độ chín ưa thích của bạn.

Hỗn hợp nấm:

d) Trong chảo, đun nóng dầu ô liu rồi xào hành và tỏi cho đến khi mềm.

e) Thêm nấm cremini , nấm hương và nấm sò vào chảo. Nấu cho đến khi nấm nhả hơi ẩm.

f) Khuấy húng tây, ớt bột, ớt cayenne và sốt Worcestershire. Nấu cho đến khi hỗn hợp được kết hợp tốt . Để nó nguội.

LẮP RÁP VÀ NƯỚNG:

g) Làm nóng lò ở nhiệt độ 425°F (220°C).

h) Lấy thịt thăn bò ra khỏi túi sous vide và vỗ nhẹ cho khô.

i) Cán mỏng bánh phồng và phết mù tạt Dijon lên thịt bò.

j) Đặt hỗn hợp nấm lên thịt bò, phủ đều.

k) Bọc thịt bò trong bánh phồng, dán kín các mép. Bạn có thể tạo họa tiết dạng lưới ở trên nếu muốn.

l) Quét bánh bằng nước rửa trứng để có lớp vỏ vàng.

m) Đặt thịt bò Wellington đã bọc lên khay nướng và nướng trong 25-30 phút hoặc cho đến khi bánh có màu vàng nâu.

n) Để thịt bò Sous Vide Wellington nghỉ ngơi vài phút trước khi cắt lát. Ăn kèm với nước sốt yêu thích của bạn hoặc giảm rượu vang đỏ. Hãy thưởng thức phiên bản nâng cao của món Bò Wellington cổ điển này!

24. Bánh nướng thịt bò Wellington

THÀNH PHẦN:
- 1,5 kg thịt thăn bò, cắt khối
- Muối và hạt tiêu đen cho vừa ăn
- 2 muỗng canh dầu ô liu
- 1 củ hành tây, thái nhỏ
- 2 tép tỏi, băm nhỏ
- 1 chén nấm cremini, thái lát
- 1 cốc cà rốt, thái hạt lựu
- 1 chén đậu Hà Lan đông lạnh
- 1/4 chén bột mì đa dụng
- 1 chén nước luộc thịt bò
- 1/2 chén rượu vang đỏ
- 1 muỗng cà phê húng tây, khô
- 1 gói bánh phồng
- mù tạt Dijon
- 1 quả trứng (để rửa trứng)

HƯỚNG DẪN:
a) Làm nóng lò ở nhiệt độ 400°F (200°C).
b) Nêm các khối thịt bò với muối và hạt tiêu đen.
c) Trong chảo lớn, đun nóng dầu ô liu trên lửa vừa cao. Áp chảo các khối thịt bò cho đến khi chín vàng đều các mặt. Loại bỏ và đặt sang một bên.
d) Trong cùng một chảo, thêm hành, tỏi, nấm và cà rốt. Xào cho đến khi rau mềm.
e) Rắc bột mì lên rau và khuấy đều. Nấu trong 1-2 phút để loại bỏ mùi vị thô của bột.
f) Từ từ đổ nước luộc thịt bò và rượu vang đỏ vào, khuấy liên tục để tránh vón cục. Đun nhỏ lửa và để nó đặc lại.
g) Thêm thịt bò xào trở lại chảo. Khuấy đậu Hà Lan đông lạnh và húng tây khô. Đun nhỏ lửa trong vài phút cho đến khi hỗn hợp có độ đặc giống như món hầm.
h) Cán mỏng bánh phồng và cắt thành hình tròn hoặc hình vuông, tùy thuộc vào kích cỡ món ăn của bạn.
i) Múc nhân thịt bò vào từng nồi an toàn cho lò nướng hoặc đĩa nướng.

j) Rải một lớp mù tạt Dijon mỏng lên trên hỗn hợp thịt bò.
k) Đặt các miếng bánh phồng hình tròn hoặc hình vuông lên trên phần nhân, ấn các mép để bịt kín.
l) Đánh trứng và phết lên bánh phồng để có lớp vỏ vàng.
m) Nướng trong lò làm nóng trước khoảng 20-25 phút hoặc cho đến khi bánh có màu nâu vàng và phồng lên.
n) Để bánh nướng trong nồi thịt bò Wellington nguội vài phút trước khi dùng. Hãy thưởng thức món bánh nồi thơm ngon và dễ chịu với một chút biến tấu!

25. Thịt bò Wellington cắn

THÀNH PHẦN:
- 1 lb thăn bò, cắt thành khối nhỏ
- Muối và hạt tiêu đen cho vừa ăn
- 2 muỗng canh dầu ô liu
- 1 chén nấm cremini, thái nhỏ
- 1 củ hành tây, thái nhỏ
- 2 tép tỏi, băm nhỏ
- 1 muỗng canh mù tạt Dijon
- 1 gói bánh phồng
- 1 quả trứng (để rửa trứng)

HƯỚNG DẪN:
a) Làm nóng lò ở nhiệt độ 400°F (200°C).
b) Nêm các khối thịt bò với muối và hạt tiêu đen.
c) Trong chảo, đun nóng dầu ô liu trên lửa vừa cao. Áp chảo các khối thịt bò cho đến khi chín vàng đều các mặt. Loại bỏ và đặt sang một bên.
d) Trong cùng một chảo, thêm hành, tỏi và nấm. Xào cho đến khi nấm nhả nước và hỗn hợp có mùi thơm.
e) Rải một lớp mỏng mù tạt Dijon lên mỗi mặt của miếng thịt bò xào.
f) Cán mỏng bánh phồng và cắt thành những hình vuông hoặc hình tròn nhỏ tùy theo sở thích của bạn.
g) Đặt một thìa hỗn hợp nấm vào giữa mỗi ô bánh ngọt.
h) Đặt khối thịt bò phủ Dijon lên trên hỗn hợp nấm.
i) Gấp bánh ngọt lên trên thịt bò và dán kín các cạnh, tạo thành những miếng Wellington vừa ăn.
j) Đánh trứng và phết lên bánh phồng để có lớp vỏ vàng.
k) Đặt miếng Bò Wellington Bites lên khay nướng và nướng trong 15-20 phút hoặc cho đến khi bánh có màu nâu vàng và phồng lên.
l) Để miếng cắn nguội trong vài phút trước khi dùng. Sắp xếp chúng trên đĩa và thưởng thức những món ăn trang nhã, vừa miệng này!

26.Thịt bò Wellington của người nghèo

THÀNH PHẦN:
- 1,5 kg thịt bò nướng, cắt khúc
- Muối và hạt tiêu đen cho vừa ăn
- 2 muỗng canh dầu ô liu
- 1 củ hành tây, thái nhỏ
- 2 tép tỏi, băm nhỏ
- 1 chén nấm, thái nhỏ
- 1 muỗng canh sốt Worcestershire
- Tấm bánh phồng
- mù tạt Dijon
- 1 quả trứng (để rửa trứng)

HƯỚNG DẪN:
a) Làm nóng lò ở nhiệt độ 400°F (200°C).
b) Nêm thịt bò nướng với muối và hạt tiêu đen.
c) Trong một chiếc chảo lớn an toàn với lò nướng, đun nóng dầu ô liu trên lửa vừa cao. Nướng thịt bò cho đến khi chín vàng các mặt. Loại bỏ và đặt sang một bên.
d) Trong cùng một chảo, thêm hành, tỏi và nấm. Xào cho đến khi nấm nhả nước và hỗn hợp có mùi thơm.
e) Khuấy sốt Worcestershire và nấu thêm 2-3 phút. Để hỗn hợp nguội.
f) Cán mỏng bánh phồng và phết một lớp mù tạt Dijon lên miếng thịt bò nướng.
g) Đặt hỗn hợp nấm lên trên thịt bò.
h) Bọc hỗn hợp thịt bò và nấm bằng bánh phồng, dán kín các mép. Bạn có thể tạo họa tiết dạng lưới ở trên nếu muốn.
i) Đánh trứng và phết lên bánh phồng để có lớp vỏ vàng.
j) Đặt chảo vào lò làm nóng trước và nướng trong 40-50 phút hoặc cho đến khi bánh có màu nâu vàng và thịt bò chín theo ý thích của bạn.
k) Để thịt bò Wellington của Người Nghèo nghỉ vài phút trước khi cắt.
l) Phục vụ các lát thịt bò Wellington phiên bản bình dân này với các món ăn kèm yêu thích của bạn. Đó là một món ăn cổ điển ngon và tiết kiệm hơn!

27. Thịt viên Wellington

THÀNH PHẦN:
ĐỐI VỚI THỊT VIÊN:
- 1 lb thịt bò xay
- 1/2 chén vụn bánh mì
- 1/4 chén phô mai Parmesan bào
- 1/4 cốc sữa
- 1 quả trứng
- 2 tép tỏi, băm nhỏ
- 1 muỗng cà phê lá oregano khô
- Muối và hạt tiêu đen cho vừa ăn

ĐỐI VỚI DUXELLES NẤM:
- 2 chén nấm, thái nhỏ
- 2 muỗng canh bơ
- 2 tép tỏi, băm nhỏ
- Muối và hạt tiêu đen cho vừa ăn
- 2 muỗng canh mùi tây tươi xắt nhỏ

ĐỂ LẮP RÁP:
- Tấm bánh phồng
- mù tạt Dijon
- 1 quả trứng (để rửa trứng)

HƯỚNG DẪN:
ĐỐI VỚI THỊT VIÊN:
a) Làm nóng lò ở nhiệt độ 400°F (200°C).
b) Trong một bát, trộn thịt bò xay, vụn bánh mì, phô mai Parmesan, sữa, trứng, tỏi băm, lá oregano khô, muối và tiêu đen. Trộn đều.
c) Nặn hỗn hợp thành những viên thịt và đặt chúng lên khay nướng.
d) Nướng trong lò làm nóng trước trong 15-20 phút hoặc cho đến khi thịt viên chín.

ĐỐI VỚI DUXELLES NẤM:
e) Trong chảo, làm tan bơ trên lửa vừa. Thêm nấm xắt nhỏ và tỏi băm.
f) Nấu nấm cho đến khi nấm hết nước và chuyển sang màu nâu vàng.
g) Nêm muối và hạt tiêu đen rồi cho rau mùi tây tươi cắt nhỏ vào trộn đều. Đặt sang một bên để nguội.

ĐỂ LẮP RÁP:

h) Cán mỏng bánh phồng và cắt thành hình vuông, mỗi miếng cho mỗi viên thịt.
i) Trải một lớp mù tạt Dijon mỏng lên mỗi ô vuông.
j) Đặt một thìa nấm duxelles vào giữa mỗi ô vuông.
k) Đặt thịt viên nướng lên trên hỗn hợp nấm.
l) Gấp bánh phồng lên trên viên thịt, dán kín các cạnh. Bạn có thể tạo họa tiết dạng lưới ở trên nếu muốn.
m) Đánh trứng và phết lên bánh phồng để có lớp vỏ vàng.
n) Đặt thịt viên Wellington lên khay nướng và nướng trong 20-25 phút hoặc cho đến khi bánh có màu nâu vàng.

28. Thịt bò xay Air Fryer Wellington

THÀNH PHẦN:
- 1 lb thịt bò xay
- Muối và hạt tiêu đen cho vừa ăn
- 1 muỗng canh dầu ô liu
- 1 củ hành tây, thái nhỏ
- 2 tép tỏi, băm nhỏ
- 1 chén nấm, thái nhỏ
- 1 muỗng canh sốt Worcestershire
- Tấm bánh phồng
- mù tạt Dijon
- 1 quả trứng (để rửa trứng)

HƯỚNG DẪN:
a) Làm nóng trước nồi chiên không dầu của bạn ở nhiệt độ 375°F (190°C).
b) Trong chảo, đun nóng dầu ô liu trên lửa vừa cao. Thêm hành, tỏi và nấm. Xào cho đến khi nấm nhả nước và hỗn hợp có mùi thơm.
c) Thêm thịt bò xay vào chảo và nấu cho đến khi chín vàng. Nêm muối và hạt tiêu đen.
d) Khuấy sốt Worcestershire và nấu thêm 2-3 phút. Để hỗn hợp nguội.
e) Cán mỏng bánh phồng và phết một lớp mù tạt Dijon lên hỗn hợp thịt bò xay.
f) Đặt hỗn hợp thịt bò xay đã nguội lên trên mặt bánh phồng.
g) Bọc hỗn hợp thịt bò xay với bánh phồng, dán kín các cạnh. Bạn có thể tạo họa tiết dạng lưới ở trên nếu muốn.
h) Đánh trứng và phết lên bánh phồng để có lớp vỏ vàng.
i) Đặt Thịt bò xay Wellington đã bọc vào giỏ nồi chiên không khí.
j) Chiên trong không khí trong 15-20 phút hoặc cho đến khi bánh phồng có màu nâu vàng.
k) Để thịt bò xay Wellington nguội trong vài phút trước khi cắt lát.

29. Cá tráp Wellington với súp lơ, dưa chuột và củ cải

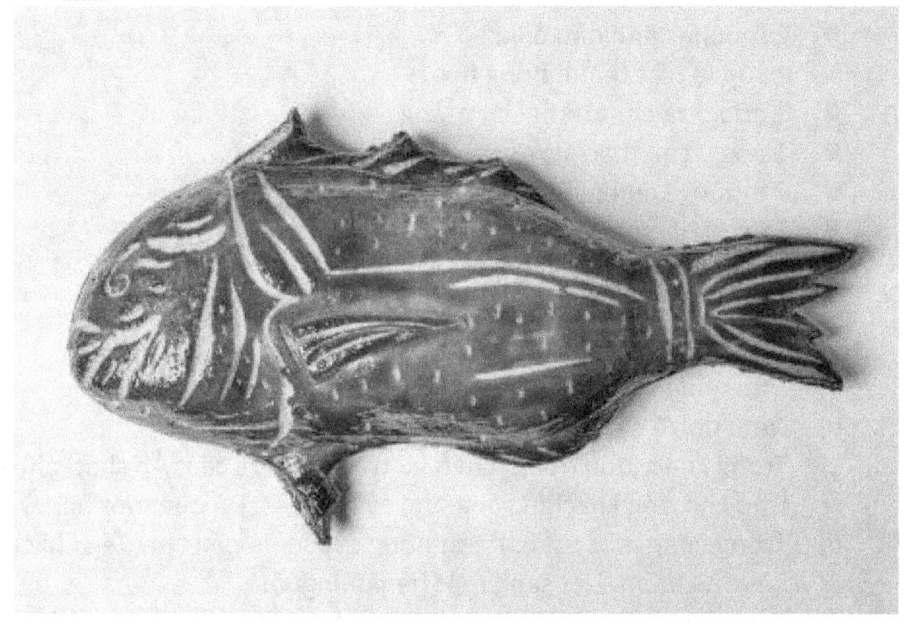

THÀNH PHẦN:
- 4 phi lê cá tráp
- Muối và hạt tiêu đen cho vừa ăn
- 2 muỗng canh dầu ô liu
- 1 súp lơ, cắt thành bông hoa
- 1 quả dưa chuột, thái lát mỏng
- 1 bó củ cải, thái lát mỏng
- 2 muỗng canh mù tạt Dijon
- Tấm bánh phồng
- 1 quả trứng (để rửa trứng)

HƯỚNG DẪN:

a) Làm nóng lò ở nhiệt độ 400°F (200°C).
b) Nêm phi lê cá tráp với muối và hạt tiêu đen.
c) Trong chảo, đun nóng dầu ô liu trên lửa vừa cao. Áp chảo phi lê cá tráp cho đến khi chín vàng nhẹ cả hai mặt. Để qua một bên.
d) Trong cùng một chảo, thêm bông súp lơ và nấu cho đến khi chúng bắt đầu mềm. Đặt sang một bên để nguội.
e) Cán mỏng bánh phồng và phết mù tạt Dijon lên từng miếng phi lê cá tráp.
f) Đặt một lớp phi lê cá tráp áp chảo lên mỗi tấm bánh ngọt, chừa khoảng trống xung quanh các cạnh.
g) Xếp các bông hoa súp lơ, lát dưa chuột và lát củ cải lên phi lê cá tráp.
h) Gấp bánh phồng lên trên phần nhân cá và rau, dán kín các cạnh. Bạn có thể tạo họa tiết dạng lưới ở trên nếu muốn.
i) Đánh trứng và phết lên bánh phồng để có lớp vỏ vàng.
j) Đặt Bream Wellingtons lên khay nướng và nướng trong 20-25 phút hoặc cho đến khi bánh có màu vàng nâu.
k) Để cá tráp Wellington với súp lơ, dưa chuột và củ cải nghỉ vài phút trước khi dùng. Ăn kèm với nước sốt yêu thích của bạn hoặc nước sốt nhẹ có vị thảo mộc. Hãy thưởng thức món ăn thanh lịch và đầy hương vị này nhé!

30. Thịt bò kiểu Texas Wellington

THÀNH PHẦN:
- 2 lbs thăn bò
- Muối và hạt tiêu đen cho vừa ăn
- 2 muỗng canh dầu ô liu
- 1 chén hành tây caramen
- 1 chén thịt ức nấu chín và cắt nhỏ (còn sót lại hoặc mua ở cửa hàng)
- 1/4 chén nước sốt thịt nướng
- Tấm bánh phồng
- mù tạt Dijon
- 1 quả trứng (để rửa trứng)

HƯỚNG DẪN:
a) Làm nóng lò ở nhiệt độ 400°F (200°C).
b) Nêm thăn bò với muối và hạt tiêu đen.
c) Trong chảo, đun nóng dầu ô liu trên lửa vừa cao. Áp chảo thịt thăn bò cho đến khi chín vàng đều các mặt. Để qua một bên.
d) Trong cùng một chảo, trộn hành tây caramen, ức xắt nhỏ và nước sốt thịt nướng. Nấu trong vài phút cho đến khi hương vị hòa quyện. Để hỗn hợp nguội.
e) Cán mỏng bánh phồng và phết mù tạt Dijon lên thăn bò.
f) Đặt một lớp hỗn hợp ức và hành tây caramen lên thịt bò phủ mù tạt.
g) Bọc hỗn hợp thịt bò và thịt ức bằng bánh phồng, dán kín các cạnh. Bạn có thể tạo họa tiết dạng lưới ở trên nếu muốn.
h) Đánh trứng và phết lên bánh phồng để có lớp vỏ vàng.
i) Đặt miếng thịt bò Wellington kiểu Texas đã bọc lên khay nướng và nướng trong 25-30 phút hoặc cho đến khi bánh có màu nâu vàng.
j) Để thịt bò Wellington kiểu Texas nghỉ vài phút trước khi cắt lát. Ăn kèm thêm nước sốt thịt nướng bên cạnh. Hãy thưởng thức món ăn kiểu Texan này trên món Bò Wellington cổ điển với hương vị đậm đà của hành tây caramen và thịt ức!

31. Rau củ Wellington

THÀNH PHẦN:
- 1 quả cà tím lớn, cắt thành từng khoanh mỏng
- 2 quả bí xanh, cắt thành dải mỏng
- 1 quả ớt chuông đỏ, thái lát mỏng
- 1 quả ớt chuông vàng, thái lát mỏng
- 1 cốc cà chua bi, giảm một nửa
- 2 chén rau bina, xắt nhỏ
- 1 cốc phô mai feta, vụn
- 2 muỗng canh dầu ô liu
- 2 tép tỏi, băm nhỏ
- Muối và hạt tiêu đen cho vừa ăn
- Tấm bánh phồng
- mù tạt Dijon
- 1 quả trứng (để rửa trứng)

HƯỚNG DẪN:
a) Làm nóng lò ở nhiệt độ 400°F (200°C).
b) Trong chảo, đun nóng dầu ô liu trên lửa vừa. Thêm tỏi băm vào xào cho đến khi có mùi thơm.
c) Thêm cà tím thái lát, bí xanh và ớt chuông vào chảo. Nấu cho đến khi rau mềm. Nêm muối và hạt tiêu đen.
d) Khuấy rau bina cắt nhỏ và cà chua bi. Nấu cho đến khi rau bina héo và cà chua mềm. Để hỗn hợp nguội.
e) Cán mỏng bánh phồng và phết mù tạt Dijon lên bánh ngọt.
f) Đặt hỗn hợp rau đã nấu chín lên bánh ngọt phủ mù tạt.
g) Rắc phô mai feta vụn lên rau.
h) Gấp bánh phồng lên trên phần nhân rau và phô mai, dán kín các cạnh. Bạn có thể tạo họa tiết dạng lưới ở trên nếu muốn.
i) Đánh trứng và phết lên bánh phồng để có lớp vỏ vàng.
j) Đặt Rau Wellington đã bọc lên khay nướng và nướng trong 25-30 phút hoặc cho đến khi bánh có màu nâu vàng.
k) Để Rau Wellington nguội trong vài phút trước khi cắt lát.

32.Jackalope Wellington

THÀNH PHẦN:
- 2 lbs thịt nai hoặc thịt thỏ, giã mỏng
- Muối và hạt tiêu đen cho vừa ăn
- 2 muỗng canh dầu ô liu
- 1 chén nấm hoang dã (chẳng hạn như morel hoặc chanterelle), thái nhỏ
- 1 củ hành tây, thái nhỏ
- 2 tép tỏi, băm nhỏ
- 1/4 cốc rượu vang đỏ
- Tấm bánh phồng
- mù tạt Dijon
- 1 quả trứng (để rửa trứng)

HƯỚNG DẪN:
a) Làm nóng lò ở nhiệt độ 400°F (200°C).
b) Nêm thịt nai hoặc thịt thỏ giã với muối và hạt tiêu đen.
c) Trong chảo, đun nóng dầu ô liu trên lửa vừa cao. Xào hành và tỏi cho đến khi mềm.
d) Thêm nấm hoang dã cắt nhỏ vào chảo và nấu cho đến khi chúng nhả hơi ẩm.
e) Đổ rượu vang đỏ vào và nấu cho đến khi chất lỏng bay hơi. Để hỗn hợp nguội.
f) Cán mỏng bánh phồng và phết mù tạt Dijon lên thịt.
g) Đặt một lớp hỗn hợp nấm lên miếng thịt phủ mù tạt.
h) Bọc hỗn hợp thịt và nấm bằng bánh phồng, dán kín các mép. Bạn có thể tạo họa tiết dạng lưới ở trên nếu muốn.
i) Đánh trứng và phết lên bánh phồng để có lớp vỏ vàng.
j) Đặt Jackalope Wellington đã bọc lên khay nướng và nướng trong 25-30 phút hoặc cho đến khi bánh có màu nâu vàng.
k) Để Jackalope Wellington nghỉ ngơi vài phút trước khi cắt. Ăn kèm với sốt dâu rừng hoặc các món ăn kèm yêu thích của bạn. Chúc bạn ngon miệng với món ăn giàu trí tưởng tượng và đầy hương vị này!

33. Thịt bò Ý Wellington

THÀNH PHẦN:
- 2 lbs thăn bò
- Muối và hạt tiêu đen cho vừa ăn
- 2 muỗng canh dầu ô liu
- 1 chén prosciutto, thái lát mỏng
- 1 chén nấm, thái nhỏ
- 1 chén rau bina, xắt nhỏ
- 1 cốc phô mai ricotta
- 2 tép tỏi, băm nhỏ
- 1 muỗng cà phê lá oregano khô
- Tấm bánh phồng
- 1 quả trứng (để rửa trứng)

HƯỚNG DẪN:
a) Làm nóng lò ở nhiệt độ 400°F (200°C).
b) Nêm thăn bò với muối và hạt tiêu đen.
c) Trong chảo, đun nóng dầu ô liu trên lửa vừa cao. Áp chảo thịt thăn bò cho đến khi chín vàng đều các mặt. Để qua một bên.
d) Trong cùng một chảo, thêm prosciutto và nấu cho đến khi nó hơi giòn. Hủy bỏ từ chảo và đặt sang một bên.
e) Trong cùng một chảo, thêm nấm và tỏi. Nấu cho đến khi nấm nhả hơi ẩm.
f) Khuấy rau bina cắt nhỏ và nấu cho đến khi héo. Tắt bếp và để hỗn hợp nguội.
g) Cán mỏng bánh phồng và phết một lớp phô mai ricotta lên thăn bò.
h) Đặt một lớp prosciutto lên trên ricotta.
i) Trải hỗn hợp nấm và rau bina lên prosciutto.
j) Gấp bánh phồng lên trên lớp thịt bò và nhân, dán kín các cạnh. Bạn có thể tạo họa tiết dạng lưới ở trên nếu muốn.
k) Đánh trứng và phết lên bánh phồng để có lớp vỏ vàng.
l) Đặt miếng thịt bò Wellington bọc Ý lên khay nướng và nướng trong 25-30 phút hoặc cho đến khi bánh có màu vàng nâu.
m) Để thịt bò Wellington của Ý nghỉ ngơi vài phút trước khi cắt lát. Ăn kèm với nước sốt marinara hoặc nước sốt balsamic.
n) Hãy tận hưởng sự biến tấu lấy cảm hứng từ Ý này trên chiếc Wellington cổ điển!

34. Đậu lăng chay Wellington

THÀNH PHẦN:
ĐỂ LÀM LENTIL:
- 1 chén đậu lăng xanh hoặc nâu khô, nấu chín
- 1 củ hành tây, thái nhỏ
- 2 tép tỏi, băm nhỏ
- 1 củ cà rốt, bào sợi
- 1 cọng cần tây, thái nhỏ
- 1 chén nấm, thái nhỏ
- 1 muỗng cà phê húng tây khô
- 1 muỗng cà phê hương thảo khô
- Muối và hạt tiêu đen cho vừa ăn
- 2 muỗng canh bột cà chua
- 1/2 chén nước luộc rau
- 1 chén rau bina tươi, xắt nhỏ

ĐỐI VỚI WELLINGTON:
- Tấm bánh phồng
- mù tạt Dijon
- 1 quả trứng (để rửa trứng)

HƯỚNG DẪN:
ĐỂ LÀM LENTIL:
a) Trong chảo, xào hành và tỏi trong dầu ô liu cho đến khi mềm.
b) Thêm cà rốt bào sợi, cần tây xắt nhỏ và nấm. Nấu cho đến khi rau mềm.
c) Khuấy đậu lăng nấu chín, húng tây, hương thảo, muối và hạt tiêu đen.
d) Thêm bột cà chua và nước luộc rau. Đun nhỏ lửa cho đến khi hỗn hợp đặc lại.
e) Thêm rau bina tươi xắt nhỏ và nấu cho đến khi héo. Để hỗn hợp nguội.

ĐỐI VỚI WELLINGTON:
f) Làm nóng lò ở nhiệt độ 400°F (200°C).
g) Cán mỏng bánh phồng và phết một lớp mù tạt Dijon mỏng lên trên.
h) Múc hỗn hợp đậu lăng và rau dọc theo giữa bánh.
i) Gấp bánh phồng lên trên phần nhân đậu lăng, bịt kín các cạnh. Bạn có thể tạo họa tiết dạng lưới ở trên nếu muốn.

j) Đánh trứng và phết lên bánh phồng để có lớp vỏ vàng.
k) Đặt Veggie Lentil Wellington lên khay nướng và nướng trong 25-30 phút hoặc cho đến khi bánh có màu nâu vàng.
l) Để Veggie Lentil Wellington nghỉ vài phút trước khi cắt. Ăn kèm với nước xốt hoặc nước sốt chay yêu thích của bạn. Hãy thưởng thức món chay Wellington thịnh soạn và đầy hương vị này!

35. Portobello, Pecan và Hạt dẻ Wellington

THÀNH PHẦN:
ĐỐI VỚI ĐIỀN:
- 4 cây nấm Portobello lớn, bỏ cuống
- 1 cốc hồ đào, nướng và cắt nhỏ
- 1 chén hạt dẻ, rang và bóc vỏ
- 2 muỗng canh dầu ô liu
- 1 củ hành tây, thái nhỏ
- 3 tép tỏi, băm nhỏ
- 1 muỗng cà phê lá húng tây tươi
- Muối và hạt tiêu đen cho vừa ăn
- 1 chén rau bina tươi, xắt nhỏ
- 1/2 chén vụn bánh mì
- 1/2 chén nước luộc rau

ĐỐI VỚI WELLINGTON:
- Tấm bánh phồng
- mù tạt Dijon
- 1 quả trứng (để rửa trứng)

HƯỚNG DẪN:
ĐỐI VỚI ĐIỀN:
a) Làm nóng lò ở nhiệt độ 400°F (200°C).
b) Đặt nấm Portobello lên khay nướng. Rưới dầu ô liu, nêm muối và hạt tiêu rồi nướng trong khoảng 15-20 phút cho đến khi mềm. Để chúng nguội.
c) Trong chảo, xào hành và tỏi trong dầu ô liu cho đến khi mềm.
d) Thêm hạt dẻ cắt nhỏ, quả hồ đào nướng và húng tây tươi vào chảo. Nấu trong vài phút cho đến khi có mùi thơm.
e) Khuấy rau bina tươi và nấu cho đến khi héo.
f) Thêm vụn bánh mì và nước luộc rau vào chảo, tạo thành món nhồi ẩm. Nêm với muối và hạt tiêu.
g) Loại bỏ mang của nấm Portobello đã nguội và đặt chúng lên một tấm bọc nhựa, hơi chồng lên nhau.
h) Rải hỗn hợp hồ đào, hạt dẻ và rau bina lên nấm.
i) Cuộn nấm và nhân thành hình khúc gỗ bằng màng bọc thực phẩm. Làm lạnh trong tủ lạnh khoảng 30 phút.

ĐỐI VỚI WELLINGTON:

j) Làm nóng lò ở nhiệt độ 400°F (200°C).
k) Cán mỏng bánh phồng và phết một lớp mù tạt Dijon mỏng lên trên.
l) Mở gói nấm ướp lạnh và khúc gỗ nhân ra rồi đặt vào giữa chiếc bánh ngọt.
m) Gấp bánh phồng lên trên khúc gỗ, dán kín các cạnh. Bạn có thể tạo họa tiết dạng lưới ở trên nếu muốn.
n) Đánh trứng và phết lên bánh phồng để có lớp vỏ vàng.
o) Đặt Nấm Portobello nướng, Hồ đào và Hạt dẻ Wellington lên khay nướng và nướng trong 25-30 phút hoặc cho đến khi bánh có màu nâu vàng.
p) Để Wellington nghỉ ngơi vài phút trước khi cắt. Ăn kèm với nước xốt hoặc nước sốt nấm yêu thích của bạn. Hãy thưởng thức món chay Wellington thanh lịch và đầy hương vị này!

36. Thịt lợn Wellington

THÀNH PHẦN:
ĐỐI VỚI THỊT HEO:
- 2 lbs thịt thăn lợn
- Muối và hạt tiêu đen cho vừa ăn
- 2 muỗng canh dầu ô liu
- mù tạt Dijon

ĐỐI VỚI DUXELLES NẤM:
- 2 chén nấm, thái nhỏ
- 2 muỗng canh bơ
- 2 tép tỏi, băm nhỏ
- Muối và hạt tiêu đen cho vừa ăn
- 2 muỗng canh mùi tây tươi, xắt nhỏ

ĐỂ LẮP RÁP:
- Tấm bánh phồng
- lát Prosciutto
- 1 quả trứng (để rửa trứng)

HƯỚNG DẪN:
ĐỐI VỚI THỊT HEO:
a) Làm nóng lò ở nhiệt độ 400°F (200°C).
b) Nêm thịt thăn lợn với muối và hạt tiêu đen.
c) Trong chảo, đun nóng dầu ô liu trên lửa vừa cao. Áp chảo thịt thăn lợn cho đến khi chín vàng đều các mặt. Đặt sang một bên để nguội.
d) Sau khi nguội, phết mù tạt Dijon lên thịt lợn.

ĐỐI VỚI DUXELLES NẤM:
e) Trong cùng một chảo, làm tan bơ trên lửa vừa. Thêm tỏi băm vào xào cho đến khi có mùi thơm.
f) Thêm nấm cắt nhỏ vào chảo và nấu cho đến khi chúng nhả hơi ẩm.
g) Nêm muối và hạt tiêu đen. Khuấy mùi tây tươi và nấu cho đến khi hỗn hợp được kết hợp tốt . Để nó nguội.

ĐỂ LẮP RÁP:
h) Cán mỏng bánh phồng và xếp các lát prosciutto lên trên, hơi chồng lên nhau.
i) Trải một lớp nấm duxelles mỏng lên trên prosciutto.
j) Đặt thăn lợn đã phết Dijon lên trên hỗn hợp nấm.

k) Cuộn bánh phồng lên trên thịt lợn và bịt kín các cạnh. Bạn có thể tạo họa tiết dạng lưới ở trên nếu muốn.
l) Đánh trứng và phết lên bánh phồng để có lớp vỏ vàng.
m) Đặt Thịt lợn Wellington lên khay nướng và nướng trong 25-30 phút hoặc cho đến khi bánh có màu vàng nâu.
n) Để thịt lợn Wellington nghỉ ngơi vài phút trước khi cắt lát. Ăn kèm với nước sốt hoặc nước thịt yêu thích của bạn. Hãy thưởng thức món ăn ngon và thanh lịch này trên chiếc Wellington cổ điển!

37.Bò Nướng Wellington

THÀNH PHẦN:
ĐỐI VỚI THỊT BÒ:
- 2 lbs thăn bò
- Muối và hạt tiêu đen cho vừa ăn
- 2 muỗng canh dầu ô liu
- mù tạt Dijon

ĐỐI VỚI DUXELLES NẤM:
- 2 chén nấm, thái nhỏ
- 2 muỗng canh bơ
- 2 tép tỏi, băm nhỏ
- Muối và hạt tiêu đen cho vừa ăn
- 2 muỗng canh mùi tây tươi, xắt nhỏ

ĐỂ LẮP RÁP:
- Tấm bánh phồng
- lát Prosciutto
- 1 quả trứng (để rửa trứng)

HƯỚNG DẪN:
ĐỐI VỚI THỊT BÒ:
a) Làm nóng lò nướng ở nhiệt độ trung bình cao.
b) Nêm thăn bò với muối và hạt tiêu đen.
c) Áp chảo thịt bò trên vỉ nướng nóng trong vài phút mỗi mặt để có miếng thịt chín đẹp mắt. Bước này là cần thiết để làm kín nước ép.
d) Để thịt bò nướng nguội rồi phết một lớp mù tạt Dijon.

ĐỐI VỚI DUXELLES NẤM:
e) Trong chảo, làm tan bơ trên lửa vừa. Thêm tỏi băm vào xào cho đến khi có mùi thơm.
f) Thêm nấm cắt nhỏ vào chảo và nấu cho đến khi chúng nhả hơi ẩm.
g) Nêm muối và hạt tiêu đen. Khuấy mùi tây tươi và nấu cho đến khi hỗn hợp được kết hợp tốt . Để nó nguội.

ĐỂ LẮP RÁP:
h) Tung ra bánh phồng trên một bề mặt sạch sẽ.
i) Xếp các lát prosciutto lên trên lớp bánh phồng, hơi chồng lên nhau.
j) Trải một lớp nấm duxelles mỏng lên trên prosciutto.
k) Đặt thăn bò nướng đã phết Dijon lên trên hỗn hợp nấm.

l) Lăn bánh phồng lên thịt bò và bịt kín các cạnh. Bạn có thể tạo họa tiết dạng lưới ở trên nếu muốn.

m) Đánh trứng và phết lên bánh phồng để có lớp vỏ vàng.

n) Cẩn thận chuyển Wellington đã bọc vào vỉ nướng. Sử dụng nhiệt gián tiếp để tránh làm cháy đáy bánh.

o) Nướng Thịt Bò Wellington trong khoảng 20-25 phút hoặc cho đến khi bánh có màu vàng nâu và nhiệt độ bên trong của thịt bò đạt độ chín mà bạn mong muốn.

p) Để thịt bò nướng Wellington nghỉ vài phút trước khi cắt lát. Ăn kèm với nước sốt hoặc nước thịt yêu thích của bạn. Hãy tận hưởng hương vị thơm ngon từ món nướng!

38. Fig và Sage Thổ Nhĩ Kỳ Wellington

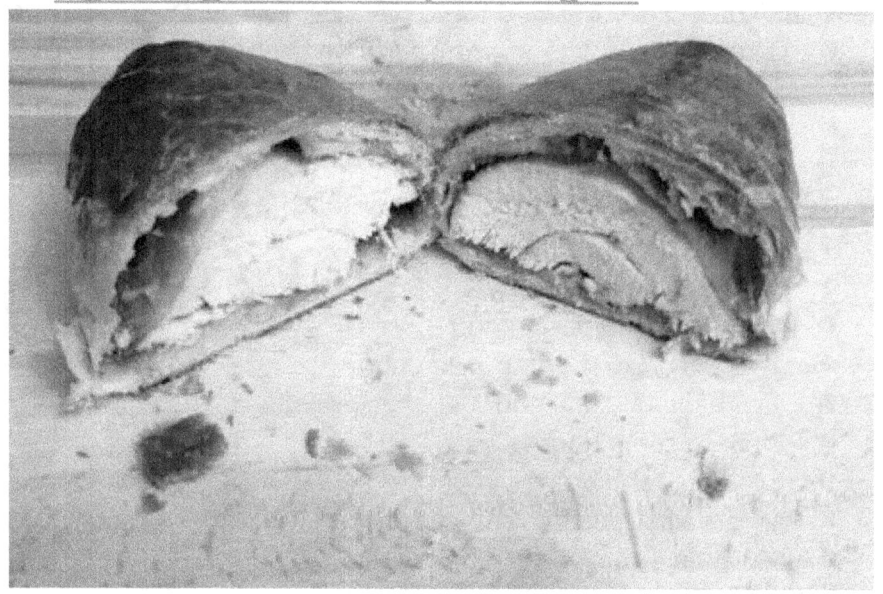

THÀNH PHẦN:
ĐỐI VỚI THỔ NHĨ KỲ:
- 2 lbs ức gà tây, không xương và không da
- Muối và hạt tiêu đen cho vừa ăn
- 2 muỗng canh dầu ô liu
- mù tạt Dijon

ĐỐI VỚI NHẬP HÌNH VÀ SAGE:
- 1 chén quả sung khô, xắt nhỏ
- 1 cốc vụn bánh mì
- 1/2 chén hồ đào, xắt nhỏ
- 1/4 chén lá xô thơm tươi, xắt nhỏ
- 1 củ hành tây, thái nhỏ
- 2 tép tỏi, băm nhỏ
- 2 muỗng canh bơ
- Muối và hạt tiêu đen cho vừa ăn
- 1/2 chén nước luộc gà hoặc gà tây

ĐỂ LẮP RÁP:
- Tấm bánh phồng
- lát Prosciutto
- 1 quả trứng (để rửa trứng)

HƯỚNG DẪN:
ĐỐI VỚI THỔ NHĨ KỲ:
a) Làm nóng lò ở nhiệt độ 400°F (200°C).
b) Ướp ức gà tây với muối và tiêu đen.
c) Trong chảo, đun nóng dầu ô liu trên lửa vừa cao. Áp chảo ức gà tây cho đến khi chín vàng đều các mặt. Đặt sang một bên để nguội.
d) Sau khi nguội, phết mù tạt Dijon lên gà tây.

ĐỐI VỚI NHẬP HÌNH VÀ SAGE:
e) Trong cùng một chảo, làm tan bơ trên lửa vừa. Thêm hành và tỏi cắt nhỏ. Xào cho đến khi mềm.
f) Thêm quả sung cắt nhỏ, vụn bánh mì, quả hồ đào và cây xô thơm tươi vào chảo. Nấu trong vài phút cho đến khi hỗn hợp được kết hợp tốt .
g) Nêm muối và hạt tiêu đen. Đổ nước luộc gà hoặc gà tây vào để làm ẩm miếng nhồi. Để nó nguội.

ĐỂ LẮP RÁP:

h) Tung ra bánh phồng trên một bề mặt sạch sẽ.
i) Xếp các lát prosciutto lên trên lớp bánh phồng, hơi chồng lên nhau.
j) Trải một lớp mỏng nhân vả và cây xô thơm lên trên miếng prosciutto.
k) Đặt ức gà tây đã quét Dijon lên trên lớp nhân nhồi.
l) Cuộn bánh phồng lên gà tây và bịt kín các cạnh. Bạn có thể tạo họa tiết dạng lưới ở trên nếu muốn.
m) Đánh trứng và phết lên bánh phồng để có lớp vỏ vàng.
n) Đặt Fig và Sage Turkey Wellington đã bọc lên khay nướng và nướng trong 30-35 phút hoặc cho đến khi bánh có màu nâu vàng.
o) Để quả vả và cây xô thơm Thổ Nhĩ Kỳ Wellington nghỉ ngơi vài phút trước khi cắt. Ăn kèm với nước sốt nam việt quất hoặc nước thịt gà tây. Hãy tận hưởng lễ hội Wellington đầy hương vị và hấp dẫn này!

39.Phô mai xanh và thịt bò Wellington

THÀNH PHẦN:
ĐỐI VỚI THỊT BÒ:
- 2 lbs thăn bò
- Muối và hạt tiêu đen cho vừa ăn
- 2 muỗng canh dầu ô liu
- mù tạt Dijon

ĐỐI VỚI DUXELLES Phô mai xanh và nấm:
- 2 chén nấm, thái nhỏ
- 2 muỗng canh bơ
- 2 tép tỏi, băm nhỏ
- Muối và hạt tiêu đen cho vừa ăn
- 1/2 chén phô mai xanh, vụn
- 2 muỗng canh lá húng tây tươi

ĐỂ LẮP RÁP:
- Tấm bánh phồng
- lát Prosciutto
- 1 quả trứng (để rửa trứng)

HƯỚNG DẪN:
ĐỐI VỚI THỊT BÒ:
a) Làm nóng lò ở nhiệt độ 400°F (200°C).
b) Nêm thăn bò với muối và hạt tiêu đen.
c) Trong chảo, đun nóng dầu ô liu trên lửa vừa cao. Áp chảo thịt thăn bò cho đến khi chín vàng đều các mặt. Đặt sang một bên để nguội.
d) Sau khi nguội, phết mù tạt Dijon lên thịt bò.

ĐỐI VỚI DUXELLES Phô mai xanh và nấm:
e) Trong cùng một chảo, làm tan bơ trên lửa vừa. Thêm tỏi băm vào xào cho đến khi có mùi thơm.
f) Thêm nấm cắt nhỏ vào chảo và nấu cho đến khi chúng nhả hơi ẩm.
g) Nêm muối và hạt tiêu đen. Khuấy phô mai xanh vụn và húng tây tươi. Nấu cho đến khi hỗn hợp được kết hợp tốt. Để nó nguội.

ĐỂ LẮP RÁP:
h) Tung ra bánh phồng trên một bề mặt sạch sẽ.
i) Xếp các lát prosciutto lên trên lớp bánh phồng, hơi chồng lên nhau.
j) Trải một lớp mỏng phô mai xanh và nấm duxelles lên trên món prosciutto.

k) Đặt thăn bò đã phết Dijon lên trên miếng duxelles .
l) Lăn bánh phồng lên trên thịt bò và bánh duxelles , dán kín các cạnh. Bạn có thể tạo họa tiết dạng lưới ở trên nếu muốn.
m) Đánh trứng và phết lên bánh phồng để có lớp vỏ vàng.
n) Đặt Phô mai xanh và Thịt bò Wellington đã bọc lên khay nướng và nướng trong 25-30 phút hoặc cho đến khi bánh có màu nâu vàng.

40. Thăn lợn với bánh phồng nướng

THÀNH PHẦN:
- 1 tờ bánh phồng
- 1 phi lê thịt lợn
- 6 lát thịt xông khói
- 6 lát phô mai
- 1 quả trứng, đánh bông

HƯỚNG DẪN:
a) Làm nóng lò ở nhiệt độ 220°C.
b) Phi lê phi lê với hạt tiêu và nâu trong chảo rán.
c) Dự trữ và để nguội.
d) Kéo căng tấm bánh phồng.
e) Ở phần giữa, đặt các lát phô mai và sau đó là các lát thịt xông khói sao cho chúng bọc lấy thịt thăn.
f) Sau khi thăn đã nguội, đặt nó lên thịt xông khói.
g) Cuối cùng, đóng bánh phồng lại.
h) Trải thăn lợn bọc trong bánh phồng với trứng đã đánh và cho vào lò nướng khoảng 30 phút.

EN CROÛTE

41.Cá hồi Bỉ trong bánh phồng

THÀNH PHẦN:
- 2 tờ bánh phồng, rã đông nếu đông lạnh
- 2 phi lê cá hồi, bỏ da
- 1 chén lá rau bina tươi
- Phô mai kem 4 ounce, làm mềm
- 2 thìa thì là tươi xắt nhỏ
- 1 muỗng canh mù tạt Dijon
- Muối và hạt tiêu cho vừa ăn
- 1 quả trứng đánh tan (để rửa trứng)

HƯỚNG DẪN:

a) Làm nóng lò nướng của bạn ở nhiệt độ 400°F (200°C). Dòng một tấm nướng bánh bằng giấy giấy da.

b) Cán từng miếng bánh phồng trên bề mặt đã rắc chút bột mì cho đến khi nó đủ lớn để quấn quanh một miếng phi lê cá hồi.

c) Trong một bát trộn, trộn phô mai kem đã làm mềm, thì là tươi cắt nhỏ, mù tạt Dijon, muối và hạt tiêu. Trộn đều để kết hợp.

d) Đặt một phi lê cá hồi lên mỗi tấm bánh phồng đã cán mỏng. Nêm cá hồi với muối và hạt tiêu.

e) Trải một lớp lá rau bina tươi lên trên mỗi miếng phi lê cá hồi.

f) Đổ đều hỗn hợp phô mai kem lên lớp rau bina, phủ đều phi lê cá hồi.

g) Cẩn thận gấp lớp bánh phồng lên trên cá hồi và nhân, dán kín các cạnh bằng cách ấn chúng lại với nhau. Cắt bớt phần bánh thừa nếu cần thiết.

h) Chuyển các gói cá hồi đã bọc lên khay nướng đã chuẩn bị sẵn, đường may úp xuống.

i) Quét trứng đã đánh lên trên mỗi gói bánh phồng để tạo lớp vỏ vàng và sáng bóng.

j) Dùng dao sắc rạch vài đường trên mặt bánh để hơi nước thoát ra trong quá trình nướng.

k) Nướng trong lò làm nóng trước khoảng 20-25 phút hoặc cho đến khi bánh phồng có màu nâu vàng và cá hồi chín.

l) Lấy cá hồi Bỉ trong bánh phồng ra khỏi lò và để yên trong vài phút trước khi dùng.

m) Cắt lát cá hồi croûte thành từng phần dày và dùng nóng. Nó kết hợp tốt với rau hấp hoặc salad tươi.

42. Seitan En Croute

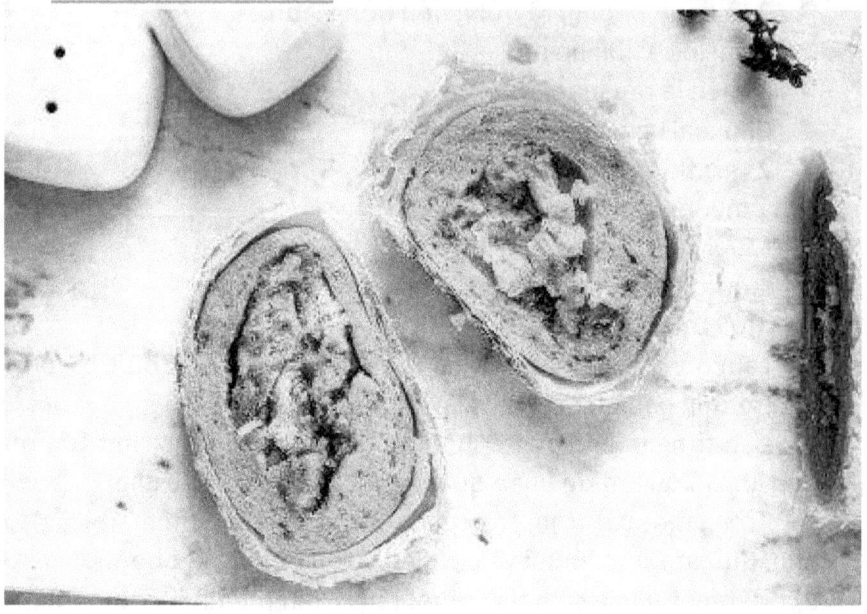

THÀNH PHẦN:
- 1 muỗng canh dầu ô liu
- 2 củ hẹ vừa, băm nhỏ
- ounce nấm trắng, băm nhỏ
- $1/_{cốc}$ Madeira
- 1 muỗng canh mùi tây tươi băm nhỏ
- $1/_{muỗng}$ cà phê húng tây khô
- $1/_{muỗng}$ cà phê mặn khô
- 2 chén bánh mì khô thái nhỏ
- Muối và hạt tiêu đen mới xay
- 1 tấm bánh phồng đông lạnh, rã đông
- (Dày $1/4$ inch) seitan lát khoảng 3 X 4 inch hình bầu dục hoặc hình chữ nhật, vỗ nhẹ cho khô

HƯỚNG DẪN:
a) Trong chảo lớn, đun nóng dầu trên lửa vừa.
b) Thêm hẹ vào và nấu cho đến khi mềm, khoảng 3 phút. Thêm nấm vào và nấu, thỉnh thoảng khuấy đều cho đến khi nấm mềm , khoảng 5 phút.
c) Thêm Madiera , rau mùi tây, húng tây và món mặn vào nấu cho đến khi chất lỏng gần như bay hơi. Khuấy các khối bánh mì và nêm muối và hạt tiêu cho vừa ăn. Đặt sang một bên để nguội.
d) Đặt tấm bánh phồng lên một miếng màng nhựa lớn bọc trên bề mặt phẳng. Phủ một miếng màng bọc thực phẩm khác lên trên và dùng cây cán lăn nhẹ để bánh được mịn. Cắt bánh ngọt thành các phần tư.
e) Đặt 1 lát seitan vào giữa mỗi miếng bánh ngọt. Chia phần nhồi vào giữa chúng, dàn đều để phủ kín seitan. Đặt các lát seitan còn lại lên trên mỗi miếng. Gấp bánh lại để bao bọc phần nhân, dùng ngón tay gấp mép để bịt kín.
f) Đặt các gói bánh ngọt, mặt đường may hướng xuống dưới, trên một khay nướng lớn không phết dầu mỡ và để trong tủ lạnh trong 30 phút.
g) Làm nóng lò ở nhiệt độ 400°F. Nướng cho đến khi vỏ bánh có màu vàng nâu, khoảng 20 phút. Phục vụ ngay lập tức.

43. Gà và Nấm En Croûte

THÀNH PHẦN:
- 4 ức gà
- Muối và hạt tiêu đen cho vừa ăn
- Dầu ô liu
- 1 chén nấm, thái lát
- 2 tép tỏi, băm nhỏ
- Tấm bánh phồng
- Kem phô mai
- Lá húng tây tươi
- 1 quả trứng (để rửa trứng)

HƯỚNG DẪN:
a) Làm nóng lò ở nhiệt độ 400°F (200°C).
b) Ướp ức gà với muối và hạt tiêu đen.
c) Trong chảo, xào nấm và tỏi trong dầu ô liu cho đến khi mềm.
d) Tung ra bánh phồng và phết một lớp kem phô mai.
e) Đặt ức gà lên trên, phủ nấm lên trên và rắc húng tây tươi.
f) Gấp bánh phồng lên trên con gà, dán kín các cạnh.
g) Đánh trứng và phết lên bánh phồng.
h) Nướng trong 25-30 phút hoặc cho đến khi bánh có màu vàng nâu.

44. Rau En Croûte

THÀNH PHẦN:
- 1 quả cà tím, thái lát
- 2 quả bí xanh, thái lát
- 1 quả ớt chuông đỏ, thái lát
- Dầu ô liu
- Muối và hạt tiêu đen cho vừa ăn
- Tấm bánh phồng
- Nước sốt pesto
- Phô mai Feta, vỡ vụn
- 1 quả trứng (để rửa trứng)

HƯỚNG DẪN:
a) Làm nóng lò ở nhiệt độ 400°F (200°C).
b) Trộn các lát cà tím, bí xanh và ớt chuông đỏ trong dầu ô liu, muối và tiêu đen.
c) Cán mỏng bánh phồng và phết một lớp sốt pesto.
d) Xếp các lát rau củ lên bánh ngọt phủ pesto, rắc feta vụn.
e) Gấp bánh phồng lên trên các loại rau, dán kín các mép.
f) Đánh trứng và phết lên bánh phồng.
g) Nướng trong 20-25 phút hoặc cho đến khi bánh có màu vàng nâu.

45. Thịt bò và phô mai xanh En CROÛTE

THÀNH PHẦN:
- 1 lb thăn bò, thái lát mỏng
- Muối và hạt tiêu đen cho vừa ăn
- Dầu ô liu
- Tấm bánh phồng
- Phô mai xanh, vỡ vụn
- Caramen Hành tây
- 1 quả trứng (để rửa trứng)

HƯỚNG DẪN:
a) Làm nóng lò ở nhiệt độ 400°F (200°C).
b) Nêm các lát thịt bò với muối và hạt tiêu đen.
c) Trong chảo, xào các lát thịt bò trong dầu ô liu cho đến khi chín vàng.
d) Cán mỏng bánh phồng và phủ phô mai xanh lên trên.
e) Đặt các lát thịt bò lên trên, thêm hành tây caramen.
f) Gấp bánh phồng lên trên thịt bò và hành tây, dán kín các cạnh.
g) Đánh trứng và phết lên bánh phồng.
h) Nướng trong 20-25 phút hoặc cho đến khi bánh có màu vàng nâu.

46.Rau bina và Feta En Croûte

THÀNH PHẦN:
- Tấm bánh phồng
- 2 chén rau bina tươi, xắt nhỏ
- 1 cốc phô mai feta, vụn
- 1/4 chén hạt thông
- 2 tép tỏi, băm nhỏ
- Dầu ô liu
- Muối và hạt tiêu đen cho vừa ăn
- 1 quả trứng (để rửa trứng)

HƯỚNG DẪN:
a) Làm nóng lò ở nhiệt độ 400°F (200°C).
b) Tung ra bánh phồng và phết một lớp rau bina tươi cắt nhỏ.
c) Rắc phô mai feta vụn, hạt thông và tỏi băm lên rau bina.
d) Rưới dầu ô liu và nêm muối và hạt tiêu đen.
e) Gấp phần bánh phồng lên trên phần nhân, dán kín các cạnh.
f) Đánh trứng và phết lên bánh phồng.
g) Nướng trong 20-25 phút hoặc cho đến khi bánh có màu vàng nâu.

47.Ratatouille En Croûte

THÀNH PHẦN:
- Tấm bánh phồng
- 1 quả cà tím, thái lát
- 2 quả bí xanh, thái lát
- 1 quả ớt chuông, thái hạt lựu
- 1 củ hành tây, thái hạt lựu
- 2 quả cà chua, thái lát
- Dầu ô liu
- Herbes de Provence
- Muối và hạt tiêu đen cho vừa ăn
- 1 quả trứng (để rửa trứng)

HƯỚNG DẪN:
a) Làm nóng lò ở nhiệt độ 400°F (200°C).
b) Cán mỏng bánh phồng và xếp cà tím thái lát, bí xanh, ớt chuông, hành tây và cà chua lên trên.
c) Rưới dầu ô liu, rắc Herbes de Provence, muối và hạt tiêu đen.
d) Gấp bánh phồng lên trên các loại rau, dán kín các mép.
e) Đánh trứng và phết lên bánh phồng.
f) Nướng trong 25-30 phút hoặc cho đến khi bánh có màu vàng nâu.

48.Tôm và măng tây En Croûte

THÀNH PHẦN:
- Tấm bánh phồng
- 1 lb tôm, bóc vỏ và bỏ chỉ
- 1 bó măng tây, cắt nhỏ
- 2 muỗng canh dầu ô liu
- Bột tỏi
- Vỏ chanh
- Muối và hạt tiêu đen cho vừa ăn
- 1 quả trứng (để rửa trứng)

HƯỚNG DẪN:
a) Làm nóng lò ở nhiệt độ 400°F (200°C).
b) Cán mỏng bánh phồng rồi xếp tôm và măng tây lên trên.
c) Rưới dầu ô liu, rắc bột tỏi, vỏ chanh, muối và hạt tiêu đen.
d) Gấp phần bánh phồng lên trên tôm và măng tây, dán kín các mép.
e) Đánh trứng và phết lên bánh phồng.
f) Nướng trong 20-25 phút hoặc cho đến khi bánh có màu vàng nâu.

49. Apple và Brie En Croûte

THÀNH PHẦN:
- Tấm bánh phồng
- 2 quả táo, thái lát mỏng
- Phô mai Brie, thái lát
- 1/4 cốc mật ong
- 1/4 chén quả óc chó cắt nhỏ
- Quế
- 1 quả trứng (để rửa trứng)

HƯỚNG DẪN:
a) Làm nóng lò ở nhiệt độ 400°F (200°C).
b) Cán mỏng bánh phồng và xếp táo cắt lát và Brie lên trên.
c) Rưới mật ong, rắc quả óc chó cắt nhỏ và một chút quế.
d) Gấp phần bánh phồng lên trên táo và Brie, dán kín các cạnh.
e) Đánh trứng và phết lên bánh phồng.
f) Nướng trong 20-25 phút hoặc cho đến khi bánh có màu vàng nâu.

50.Brie en Croute

THÀNH PHẦN:
- 1 bánh phô mai Brie (khoảng 8 ounce)
- 1 tờ bánh phồng, rã đông
- 2-3 thìa canh trái cây bảo quản (mơ, sung hoặc mâm xôi đều được)
- 1 quả trứng (để rửa trứng)
- Bánh quy giòn hoặc bánh mì cắt lát (để phục vụ)

HƯỚNG DẪN:
a) Làm nóng lò ở nhiệt độ 400°F (200°C).
b) Lăn bánh phồng lên một bề mặt có phủ bột mì nhẹ, đảm bảo nó đủ lớn để bao bọc hoàn toàn Brie.
c) Đặt bánh Brie vào giữa chiếc bánh phồng.
d) Trải trái cây bảo quản lên trên bề mặt Brie. Bạn có thể dùng mặt sau của thìa để nhẹ nhàng dàn đều.
e) Gấp bánh phồng lên trên Brie, bao bọc hoàn toàn. Bịt kín các cạnh bằng cách ấn chúng lại với nhau.
f) Đánh trứng và phết lên toàn bộ bề mặt của bánh phồng. Điều này sẽ giúp bánh có màu vàng đẹp mắt khi nướng.
g) Đặt Brie đã gói lên khay nướng có lót giấy da.
h) Nướng trong lò làm nóng trước khoảng 20-25 phút hoặc cho đến khi bánh phồng có màu nâu vàng và giòn.
i) Cho phép Brie En Croûte để nguội vài phút trước khi dùng.
j) Ăn kèm bánh quy giòn hoặc bánh mì baguette thái lát. Bạn cũng có thể rưới thêm mứt trái cây lên trên để tăng thêm vị ngọt.
k) Hãy thưởng thức vị béo ngậy, béo ngậy của Brie được bọc trong lớp bánh phồng xốp!
l) Brie En này Croûte tạo nên món khai vị trang nhã và làm hài lòng đám đông trong nhiều dịp khác nhau.

51. Pâté en Croûte mộc mạc

THÀNH PHẦN:
ĐỐI VỚI PÂTÉ:
- 1 lb thịt vai lợn, xay mịn
- 1/2 lb gan gà, cắt nhỏ
- 1/2 chén thịt xông khói, thái nhỏ
- 1 củ hành tây nhỏ, thái nhỏ
- 2 tép tỏi, băm nhỏ
- 1 muỗng cà phê húng tây khô
- 1 muỗng cà phê hương thảo khô
- 1/2 cốc rượu mạnh
- Muối và hạt tiêu đen cho vừa ăn
- 1 quả trứng (để rửa trứng)

ĐỐI VỚI LỚP VỎ:
- 2 tờ bánh phồng, rã đông
- mù tạt Dijon

HƯỚNG DẪN:
ĐỐI VỚI PÂTÉ:
a) Làm nóng lò ở nhiệt độ 375°F (190°C).
b) Trong chảo, xào thịt xông khói cho đến khi nó bắt đầu giòn. Thêm hành và tỏi và nấu cho đến khi mềm.
c) Thêm thịt lợn xay, gan gà, húng tây, hương thảo, muối và tiêu đen vào chảo. Nấu cho đến khi thịt chín vàng.
d) Đổ rượu mạnh vào và đun nhỏ lửa trong vài phút cho đến khi hầu hết chất lỏng bay hơi. Để hỗn hợp nguội.

ĐỐI VỚI LỚP VỎ:
e) Tung ra một tấm bánh phồng trên bề mặt có phủ một ít bột mì.
f) Rải một lớp mù tạt Dijon mỏng lên bánh ngọt.
g) Đặt hỗn hợp pa tê đã nguội dọc theo tâm bánh.
h) Cán mỏng miếng bánh phồng thứ hai và đặt nó lên trên hỗn hợp pa tê.
i) Bịt kín các cạnh của bánh ngọt, đảm bảo không có lỗ hở.
j) Đánh trứng và phết lên toàn bộ bề mặt bánh để có lớp vỏ vàng.
k) Dùng dao tạo hoa văn trang trí trên bánh.
l) Đặt Pâté en Croûte trên khay nướng có lót giấy da.

m) Nướng trong lò làm nóng trước khoảng 35-40 phút hoặc cho đến khi bánh có màu vàng nâu.
n) Cho phép Rustic Pâté en Croûte để nguội một chút trước khi cắt lát.
o) Phục vụ Pâté mộc mạc Croûte với ngô, mù tạt Dijon và bánh mì giòn để có món khai vị thú vị. Thưởng thức hương vị phong phú và thơm ngon!

52. Filet de Boeuf en Croûte

THÀNH PHẦN:
ĐỐI VỚI THỊT BÒ:
- 2 lbs thăn bò
- Muối và hạt tiêu đen cho vừa ăn
- 2 muỗng canh dầu ô liu
- mù tạt Dijon

ĐỐI VỚI DUXELLES NẤM:
- 2 chén nấm, thái nhỏ
- 2 muỗng canh bơ
- 2 tép tỏi, băm nhỏ
- Muối và hạt tiêu đen cho vừa ăn
- 2 muỗng canh lá húng tây tươi

ĐỂ LẮP RÁP:
- Tấm bánh phồng
- lát Prosciutto
- 1 quả trứng (để rửa trứng)

HƯỚNG DẪN:
ĐỐI VỚI THỊT BÒ:
a) Làm nóng lò ở nhiệt độ 400°F (200°C).
b) Nêm thăn bò với muối và hạt tiêu đen.
c) Trong chảo, đun nóng dầu ô liu trên lửa vừa cao. Áp chảo thịt thăn bò cho đến khi chín vàng đều các mặt. Đặt sang một bên để nguội.
d) Sau khi nguội, phết mù tạt Dijon lên thịt bò.

ĐỐI VỚI DUXELLES NẤM:
e) Trong cùng một chảo, làm tan bơ trên lửa vừa. Thêm tỏi băm vào xào cho đến khi có mùi thơm.
f) Thêm nấm cắt nhỏ vào chảo và nấu cho đến khi chúng nhả hơi ẩm.
g) Nêm muối và hạt tiêu đen. Khuấy húng tây tươi và nấu cho đến khi hỗn hợp được kết hợp tốt . Để nó nguội.

ĐỂ LẮP RÁP:
h) Tung ra bánh phồng trên một bề mặt sạch sẽ.
i) Xếp các lát prosciutto lên trên lớp bánh phồng, hơi chồng lên nhau.
j) Trải một lớp nấm duxelles mỏng lên trên prosciutto.
k) Đặt thăn bò đã phết Dijon lên trên miếng duxelles .

l) Lăn bánh phồng lên trên thịt bò và bánh duxelles , dán kín các cạnh. Bạn có thể tạo họa tiết dạng lưới ở trên nếu muốn.

m) Đánh trứng và phết lên bánh phồng để có lớp vỏ vàng.

n) Đặt Filet de Boeuf đã được bọc vào Nướng trên khay nướng và nướng trong 25-30 phút hoặc cho đến khi bánh có màu nâu vàng.

o) Cho phép Filet de Boeuf en Croûte để nghỉ ngơi vài phút trước khi cắt lát. Ăn kèm với rượu vang đỏ hoặc nước sốt yêu thích của bạn. Hãy thưởng thức món Bò Wellington lấy cảm hứng từ Pháp này!

53. Pâté en Croûte vịt

THÀNH PHẦN:
ĐỂ LÀM VỊT:
- 1 lb thịt vịt, xay mịn
- 1/2 lb thịt vai lợn, xay mịn
- 1/2 chén gan vịt, thái nhỏ
- 1 củ hành tây nhỏ, thái nhỏ
- 2 tép tỏi, băm nhỏ
- 2 muỗng canh rượu mạnh
- 1 muỗng cà phê húng tây khô
- 1 muỗng cà phê hương thảo khô
- Muối và hạt tiêu đen cho vừa ăn

ĐỐI VỚI LỚP VỎ:
- 2 tờ bánh phồng, rã đông
- 1 quả trứng (để rửa trứng)

HƯỚNG DẪN:
ĐỂ LÀM VỊT:
a) Làm nóng lò ở nhiệt độ 375°F (190°C).
b) Trong một tô trộn lớn, trộn vịt xay, thịt lợn xay, gan vịt băm nhỏ, hành tây xắt nhỏ, tỏi băm, rượu mạnh, húng tây khô, lá hương thảo khô, muối và tiêu đen. Trộn đều cho đến khi tất cả các thành phần được phân bố đều.
c) Trong chảo, nấu một lượng nhỏ hỗn hợp để nêm gia vị. Điều chỉnh muối và hạt tiêu nếu cần thiết.

ĐỐI VỚI LỚP VỎ:
d) Tung ra một tấm bánh phồng trên bề mặt có phủ một ít bột mì. Đây sẽ là cơ sở.
e) Đặt một nửa hỗn hợp vịt lên trên chiếc bánh phồng đã cán mỏng, tạo thành hình khúc gỗ dọc theo tâm.
f) Cán mỏng tấm bánh phồng thứ hai và đặt nó lên trên hỗn hợp vịt, bịt kín các mép. Cắt bớt phần bánh thừa nếu cần.
g) Đánh trứng và phết lên toàn bộ bề mặt của bánh phồng để có lớp vỏ vàng.
h) Dùng dao tạo hoa văn trang trí trên bánh.
i) Đặt Pâté vịt vào Croûte trên khay nướng có lót giấy da.

j) Nướng trong lò làm nóng trước khoảng 35-40 phút hoặc cho đến khi bánh có màu nâu vàng và nhiệt độ bên trong đạt ít nhất 160°F (71°C).
k) Thưởng thức Pâté Vịt Croûte để nguội một chút trước khi cắt lát.
l) Phục vụ Pâté Vịt Croûte với bánh mì giòn, mù tạt Dijon và dưa chua để tạo nên món khai vị trang nhã hoặc một phần của món ăn ngon. Hãy thưởng thức hương vị đậm đà và thơm ngon của món ăn Pháp cổ điển này!

54. Gà và Croûte với xúc xích Ý, phô mai Thụy Sĩ và xanh

THÀNH PHẦN:
ĐỐI VỚI VIỆC LÀM GÀ:
- 4 miếng ức gà không xương, không da
- Muối và hạt tiêu đen cho vừa ăn
- 2 chén rau bina tươi, xắt nhỏ
- 1/2 chén xúc xích cay, thái lát mỏng
- 1/2 chén phô mai Thụy Sĩ, cắt nhỏ
- 1/4 chén phô mai xanh, vụn
- 2 tép tỏi, băm nhỏ
- 2 muỗng canh dầu ô liu

ĐỐI VỚI BÁNH PUFF:
- 2 tờ bánh phồng, rã đông
- mù tạt Dijon

ĐỂ LẮP RÁP:
- 1 quả trứng (để rửa trứng)

HƯỚNG DẪN:
ĐỐI VỚI VIỆC LÀM GÀ:
a) Làm nóng lò ở nhiệt độ 400°F (200°C).
b) Ướp ức gà với muối và hạt tiêu đen.
c) Trong chảo, đun nóng dầu ô liu trên lửa vừa cao. Phi tỏi băm cho thơm.
d) Thêm rau bina cắt nhỏ vào chảo và nấu cho đến khi héo. Hủy bỏ nhiệt và để nguội.
e) Xếp ức gà ra và làm phẳng chúng một chút bằng vồ thịt.
f) Rưới mù tạt Dijon lên từng ức gà.
g) Rải đều rau bina xào, xúc xích cay, phô mai Thụy Sĩ và phô mai xanh lên từng ức gà.
h) Cuộn từng ức gà để bọc kín phần nhân. Cố định bằng tăm nếu cần thiết.

ĐỐI VỚI BÁNH PUFF:
i) Tung ra một tấm bánh phồng trên bề mặt có phủ một ít bột mì.
j) Đặt ức gà đã cuộn dọc theo giữa miếng bánh phồng.
k) Tung ra tấm bánh phồng thứ hai và đặt nó lên con gà, bịt kín các cạnh. Cắt bớt phần bánh thừa nếu cần.

l) Đánh trứng và phết lên toàn bộ bề mặt của bánh phồng để có lớp vỏ vàng.
m) Dùng dao tạo hoa văn trang trí trên bánh.
n) Đặt gà vào Croûte trên khay nướng có lót giấy da.
o) Nướng trong lò làm nóng trước khoảng 25-30 phút hoặc cho đến khi bánh có màu nâu vàng và nhiệt độ bên trong gà đạt 165°F (74°C).
p) Cho phép gà vi Croûte để nghỉ ngơi vài phút trước khi cắt lát.

55. Nồi chiên không dầu Cá hồi và Croûte

THÀNH PHẦN:
ĐỐI VỚI CÁ HỒI:
- 4 phi lê cá hồi
- Muối và hạt tiêu đen cho vừa ăn
- 1 muỗng canh mù tạt Dijon
- 1 muỗng canh dầu ô liu
- Vỏ chanh

ĐỐI VỚI BÁNH PUFF:
- 2 tờ bánh phồng, rã đông
- Bột để quét bụi
- 1 quả trứng (để rửa trứng)

HƯỚNG DẪN:
ĐỐI VỚI CÁ HỒI:
a) Làm nóng trước nồi chiên không dầu của bạn ở nhiệt độ 375°F (190°C).
b) Nêm phi lê cá hồi với muối, hạt tiêu đen và một chút dầu ô liu.
c) Rải một lớp mỏng mù tạt Dijon lên mỗi miếng phi lê cá hồi.
d) Rắc vỏ chanh lên cá hồi phủ mù tạt.

ĐỐI VỚI BÁNH PUFF:
e) Tung ra các tấm bánh phồng trên bề mặt có phủ một ít bột mì.
f) Cắt từng tờ thành kích thước đủ lớn để bọc một phi lê cá hồi.
g) Đặt phi lê cá hồi vào giữa mỗi miếng bánh phồng.
h) Gấp bánh phồng lên trên cá hồi, dán kín các cạnh. Cắt bớt phần bánh thừa nếu cần.
i) Đánh trứng và phết lên toàn bộ bề mặt của bánh phồng để có lớp vỏ vàng.
j) Cẩn thận chuyển phi lê cá hồi đã bọc vào giỏ nồi chiên không khí.
k) Chiên trong không khí ở nhiệt độ 375°F (190°C) trong 15-20 phút hoặc cho đến khi bánh phồng có màu nâu vàng và cá hồi chín hẳn.
l) Cho phép cá hồi Air Fryer vi Croûte nghỉ ngơi vài phút trước khi phục vụ.

56. Cá hồi cầu vồng Nepal ở Croûte

THÀNH PHẦN:
ĐỐI VỚI CÁ HỒI:
- 4 phi lê cá hồi vân
- Muối và hạt tiêu đen cho vừa ăn
- 1 muỗng canh dầu thực vật
- 1 thìa cà phê thì là xay
- 1 thìa cà phê rau mùi đất
- 1 thìa cà phê nghệ
- 1 thìa cà phê garam masala
- 1 thìa cà phê ớt bột (tuỳ khẩu vị)
- Nước ép 1 quả chanh

ĐỐI VỚI BÁNH PUFF:
- 2 tờ bánh phồng, rã đông
- Bột để quét bụi
- 1 quả trứng (để rứa trứng)

ĐỐI VỚI ĐIỀN:
- 1 chén cơm basmati nấu chín
- 1/2 chén đậu Hà Lan, nấu chín
- 1/2 chén ngò xắt nhỏ
- 1/2 chén bạc hà xắt nhỏ
- 1/4 chén hạt điều nướng, xắt nhỏ
- Muối và hạt tiêu đen cho vừa ăn

HƯỚNG DẪN:
ĐỐI VỚI CÁ HỒI:
a) Làm nóng lò nướng của bạn ở nhiệt độ 400°F (200°C).
b) Lau khô phi lê cá hồi bằng khăn giấy và nêm muối và hạt tiêu đen.
c) Trong một bát nhỏ, trộn đều bột thì là, rau mùi xay, nghệ, garam masala, bột ớt và nước cốt chanh để tạo thành hỗn hợp gia vị.
d) Xoa hỗn hợp gia vị lên cả hai mặt của từng miếng phi lê cá hồi.
e) Đun nóng dầu thực vật trong chảo trên lửa vừa cao. Áp chảo phi lê cá hồi trong 1-2 phút mỗi mặt để làm chín vàng bên ngoài. Loại bỏ khỏi nhiệt.

ĐỐI VỚI ĐIỀN:

f) Trong một bát, trộn cơm basmati đã nấu chín, đậu Hà Lan, ngò cắt nhỏ, bạc hà cắt nhỏ và hạt điều nướng. Nêm muối và hạt tiêu đen. Trộn đều.

ĐỐI VỚI BÁNH PUFF:

g) Tung ra các tấm bánh phồng trên bề mặt có phủ một ít bột mì.
h) Đặt một phần nhân gạo và rau thơm vào giữa mỗi miếng bánh phồng.
i) Đặt phi lê cá hồi áp chảo lên trên phần nhân cơm.
j) Gấp phần bánh phồng lên trên con cá hồi, dán kín các mép. Cắt bớt phần bánh thừa nếu cần.
k) Đánh trứng và phết lên toàn bộ bề mặt của bánh phồng để có lớp vỏ vàng.

NƯỚNG:

l) Cẩn thận chuyển cá hồi đã bọc vào khay nướng có lót giấy da.
m) Nướng trong lò làm nóng trước khoảng 20-25 phút hoặc cho đến khi bánh phồng có màu nâu vàng.
n) Cho phép Cá hồi vân Nepal en Croûte nghỉ ngơi vài phút trước khi phục vụ.

57. Lựu Brie en Croûte

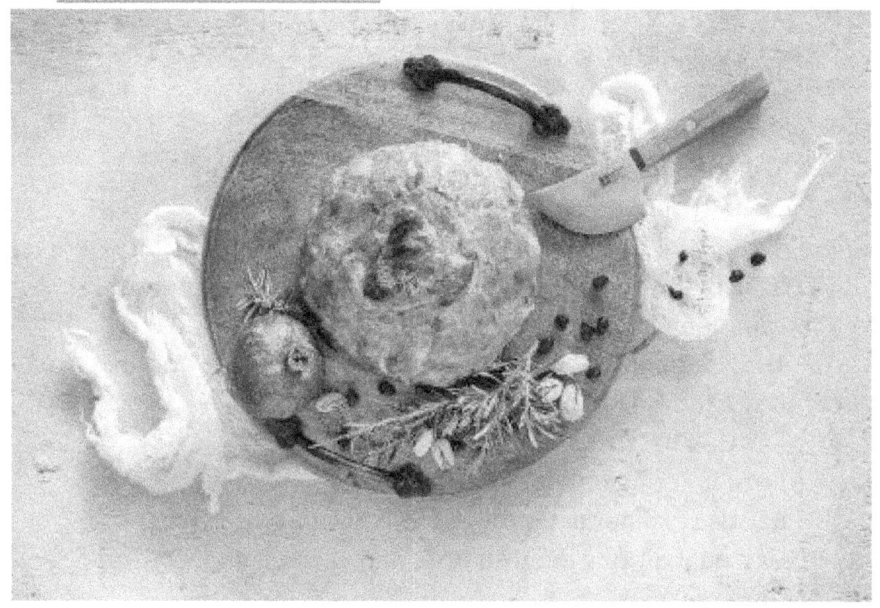

THÀNH PHẦN:
- 1 bánh phô mai Brie (khoảng 8 ounce)
- 1 tờ bánh phồng, rã đông
- 1/2 chén hạt lựu
- 1/4 cốc mật ong
- 1/4 chén quả hồ đào hoặc quả óc chó cắt nhỏ
- 1 quả trứng (để rửa trứng)

HƯỚNG DẪN:
a) Làm nóng lò ở nhiệt độ 400°F (200°C).
b) Tung ra bánh phồng trên bề mặt có phủ một ít bột mì.
c) Đặt bánh Brie vào giữa chiếc bánh phồng.
d) Rắc đều hạt lựu lên Brie.
e) Rưới mật ong lên hạt lựu.
f) Rắc các loại hạt cắt nhỏ lên trên mật ong.
g) Gấp bánh phồng lên trên Brie, dán kín các cạnh. Cắt bớt phần bánh thừa nếu cần.
h) Đánh trứng và phết lên toàn bộ bề mặt của bánh phồng để có lớp vỏ vàng.
i) Dùng dao tạo hoa văn trang trí trên bánh.
j) Cẩn thận chuyển Pomegranate Brie en Croûte vào một tấm nướng có lót giấy da.
k) Nướng trong lò làm nóng trước khoảng 20-25 phút hoặc cho đến khi bánh phồng có màu nâu vàng.
l) Cho phép lựu Brie en Croûte nghỉ ngơi vài phút trước khi phục vụ.

58. cá bơn và Croûte với kem chanh Tarragon

THÀNH PHẦN:
ĐỐI VỚI CÁ BÁNH HALIBUT:
- 4 phi lê cá bơn (mỗi miếng 6 ounce)
- Muối và hạt tiêu đen cho vừa ăn
- 1 muỗng canh dầu ô liu
- 1 muỗng canh mù tạt Dijon
- 1 thìa nước cốt chanh tươi

ĐỐI VỚI BÁNH PUFF:
- 2 tờ bánh phồng, rã đông
- Bột để quét bụi
- 1 quả trứng (để rửa trứng)

ĐỐI VỚI KEM CHANH TARRAGON:
- 1 cốc kem đặc
- Vỏ của 1 quả chanh
- 1 thìa nước cốt chanh tươi
- 2 muỗng canh tarragon tươi, xắt nhỏ
- Muối và hạt tiêu đen cho vừa ăn

HƯỚNG DẪN:
ĐỐI VỚI CÁ BÁNH HALIBUT:
a) Làm nóng lò ở nhiệt độ 400°F (200°C).
b) Nêm phi lê cá bơn với muối và hạt tiêu đen.
c) Trong một bát nhỏ, trộn dầu ô liu, mù tạt Dijon và nước cốt chanh tươi.
d) Quét phi lê cá bơn với hỗn hợp mù tạt và chanh.

ĐỐI VỚI BÁNH PUFF:
e) Tung ra các tấm bánh phồng trên bề mặt có phủ một ít bột mì.
f) Đặt phi lê cá bơn vào giữa mỗi miếng bánh phồng.
g) Cán mỏng tấm bánh phồng thứ hai và đặt nó lên trên miếng phi lê cá bơn, bịt kín các mép. Cắt bớt phần bánh thừa nếu cần.
h) Đánh trứng và phết lên toàn bộ bề mặt của bánh phồng để có lớp vỏ vàng.

NƯỚNG:
i) Cẩn thận chuyển cá bơn đã bọc vào khay nướng có lót giấy da.
j) Nướng trong lò làm nóng trước trong 20-25 phút hoặc cho đến khi bánh phồng có màu nâu vàng và cá bơn chín.

ĐỐI VỚI KEM CHANH TARRAGON:
k) Trong chảo, đun nóng kem đặc trên lửa vừa.
l) Thêm vỏ chanh, nước cốt chanh, ngải giấm cắt nhỏ, muối và hạt tiêu đen. Khuấy đều.
m) Đun sôi hỗn hợp kem trong vài phút cho đến khi nó hơi đặc lại.

CUỘC HỌP:
n) Từng là Halibut en CROÛTE đã nướng xong, hãy để yên trong vài phút.
o) Bày cá bơn ra đĩa, rưới kem chanh Tarragon.
p) Trang trí thêm tarragon tươi nếu muốn.

59. Cá hồi đại dương Coulibiac en Croûte

THÀNH PHẦN:
ĐỐI VỚI CÁ HỒI ĐẠI DƯƠNG:
- 4 phi lê cá hồi đại dương (mỗi miếng khoảng 6 ounce)
- Muối và hạt tiêu đen cho vừa ăn
- Nước cốt chanh để ướp

ĐỐI VỚI RẤT GẠO:
- 1 chén gạo thơm, nấu chín
- 1 củ hành tây nhỏ, thái nhỏ
- 2 thìa bơ
- 1 chén nấm, thái nhỏ
- 1/2 chén rau bina, xắt nhỏ
- 1 muỗng canh thì là tươi, xắt nhỏ
- Muối và hạt tiêu đen cho vừa ăn

ĐỂ LẮP RÁP:
- 2 tờ bánh phồng, rã đông
- Bột để quét bụi
- Mù tạt Dijon để đánh răng
- 1 quả trứng (để rửa trứng)

HƯỚNG DẪN:
ĐỐI VỚI CÁ HỒI ĐẠI DƯƠNG:
a) Nêm phi lê cá hồi biển với muối, hạt tiêu đen và vắt nước cốt chanh. Để chúng ướp trong ít nhất 15 phút.

ĐỐI VỚI RẤT GẠO:
b) Trong chảo, xào hành tây xắt nhỏ trong bơ cho đến khi mềm.
c) Thêm nấm cắt nhỏ vào chảo và nấu cho đến khi chúng nhả hơi ẩm.
d) Khuấy gạo thơm nấu chín, rau bina cắt nhỏ và thì là tươi. Nêm muối và hạt tiêu đen. Nấu cho đến khi hỗn hợp được kết hợp tốt . Để nó nguội.

ĐỂ LẮP RÁP:
e) Làm nóng lò ở nhiệt độ 400°F (200°C).
f) Tung ra các tấm bánh phồng trên bề mặt có phủ một ít bột mì.
g) Đặt một tờ giấy lên khay nướng có lót giấy da.
h) Quét mù tạt Dijon lên bánh phồng.
i) Trải một nửa phần nhân cơm lên trên bánh phồng.
j) Đặt phi lê cá hồi biển đã ướp lên trên phần nhân cơm.

k) Phủ phần cơm còn lại lên cá hồi.
l) Cán mỏng tấm bánh phồng thứ hai và đặt nó lên trên phần nhân, bịt kín các mép. Cắt bớt phần bánh thừa nếu cần.
m) Đánh trứng và phết lên toàn bộ bề mặt của bánh phồng để có lớp vỏ vàng.
n) Dùng dao tạo hoa văn trang trí trên bánh.
o) Nướng trong lò làm nóng trước khoảng 25-30 phút hoặc cho đến khi bánh phồng có màu nâu vàng.
p) Cho phép cá hồi đại dương Coulibiac vi Croûte để nghỉ ngơi vài phút trước khi cắt lát.

60. Gà Xoài En Croûte

THÀNH PHẦN:
- 4 ức gà
- Muối và hạt tiêu đen cho vừa ăn
- 1 cốc xoài thái hạt lựu
- 1/2 chén dừa vụn
- 1/4 chén ngò xắt nhỏ
- 1 thìa bột cà ri
- 2 tờ bánh phồng, rã đông
- 1 quả trứng (để rửa trứng)

HƯỚNG DẪN:
a) Ướp ức gà với muối, tiêu đen và bột cà ri. Chiên chúng cho đến khi vàng.
b) Trộn xoài thái hạt lựu, dừa vụn và ngò cắt nhỏ.
c) Đặt gà lên bánh phồng, phủ hỗn hợp xoài lên trên và bọc lại.
d) Nướng cho đến khi vàng nâu.

61. Caprese En Croûte

THÀNH PHẦN:
- 4 quả cà chua lớn, thái lát
- 8 ounce mozzarella tươi, thái lát
- Lá húng quế tươi
- Muối và hạt tiêu đen cho vừa ăn
- 2 tờ bánh phồng, rã đông
- Men balsamic cho mưa phùn
- 1 quả trứng (để rửa trứng)

HƯỚNG DẪN:

a) Xếp các lát cà chua, phô mai mozzarella tươi và lá húng quế lên trên bánh phồng.

b) Nêm muối và hạt tiêu đen. Gấp bánh ngọt lên các lớp, dán kín và nướng cho đến khi vàng. Rưới men balsamic trước khi dùng.

62. Tôm Pesto En Croûte

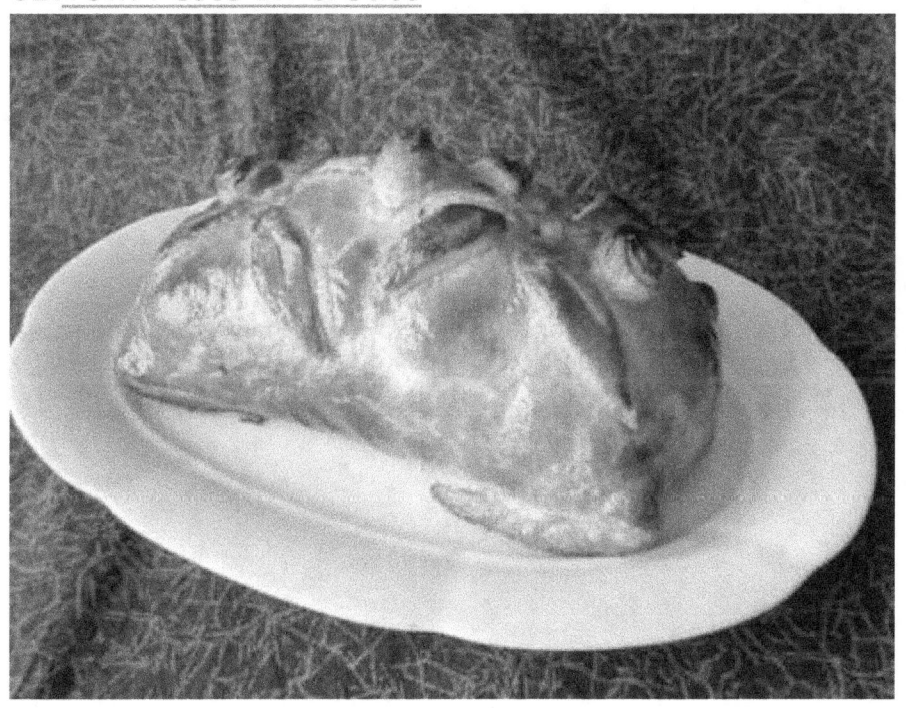

THÀNH PHẦN:
- 1 pound tôm lớn, bóc vỏ và bỏ chỉ
- 1/2 chén nước sốt pesto
- Vỏ của 1 quả chanh
- 2 tờ bánh phồng, rã đông
- Aioli chanh để ngâm
- 1 quả trứng (để rửa trứng)

HƯỚNG DẪN:

a) Trộn tôm với pesto và vỏ chanh. Đặt tôm lên bánh phồng, gấp lại và dán kín.

b) Nướng cho đến khi vàng nâu. Ăn kèm với aioli chanh để chấm.

63. Butternut Squash và Sage En CROÛTE

THÀNH PHẦN:
- 1 quả bí nhỏ, gọt vỏ và thái hạt lựu
- Lá xô thơm tươi
- Muối và hạt tiêu đen cho vừa ăn
- 2 muỗng canh si-rô phong
- 2 tờ bánh phồng, rã đông
- 1 quả trứng (để rửa trứng)

HƯỚNG DẪN:

a) Nướng bí đỏ với cây xô thơm, muối và tiêu đen. Đặt hỗn hợp lên bánh phồng, gấp lại và dán kín.

b) Nướng cho đến khi vàng. Rưới xi-rô cây phong trước khi dùng.

64. Phô mai sung và dê En CROÛTE

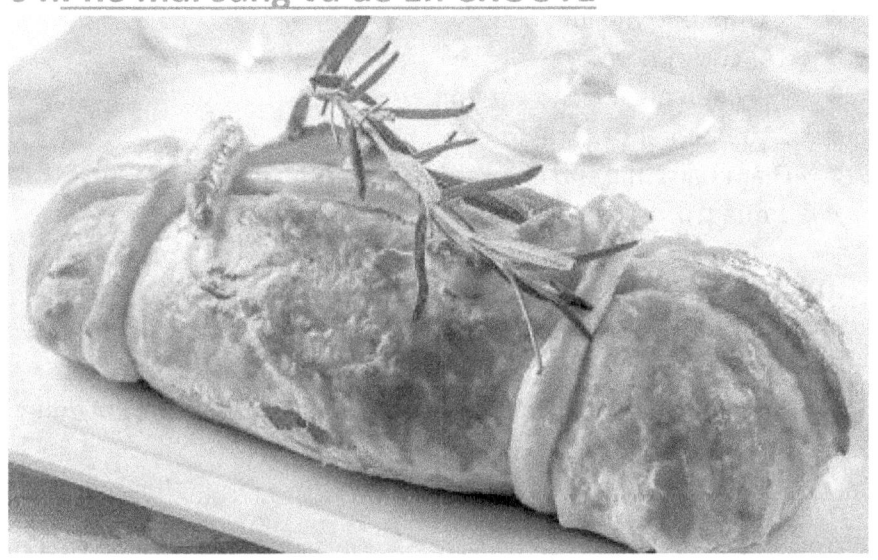

THÀNH PHẦN:
- 1 bánh phô mai dê
- 1/2 cốc mứt vả
- 1/4 chén quả óc chó cắt nhỏ
- 2 tờ bánh phồng, rã đông
- Giấm balsamic cho mưa phùn
- 1 quả trứng (để rửa trứng)

HƯỚNG DẪN:
a) Phết mứt sung lên bánh phồng, đặt phô mai dê vào giữa, rắc quả óc chó cắt nhỏ rồi bọc lại.
b) Nướng cho đến khi vàng. Rưới thêm balsamic trước khi dùng.

65. Dầu Nấm Truffle En CROÛTE

THÀNH PHẦN:
- 2 chén nấm các loại, thái nhỏ
- 2 muỗng canh dầu truffle
- 1/4 cốc Parmesan bào
- 2 tờ bánh phồng, rã đông
- 1 quả trứng (để rửa trứng)

HƯỚNG DẪN:

a) Xào nấm trong dầu truffle cho đến khi mềm. Trộn với Parmesan bào.

b) Đặt trên bánh phồng, gấp lại và dán kín. Nướng cho đến khi vàng.

66. Khoai lang và Feta En CROÛTE

THÀNH PHẦN:
- 2 chén khoai lang, nghiền
- 1/2 chén phô mai feta vụn
- 1 muỗng canh hương thảo tươi xắt nhỏ
- 2 tờ bánh phồng, rã đông
- Mật ong để làm mưa phùn
- 1 quả trứng (để rửa trứng)

HƯỚNG DẪN:

a) Trộn khoai lang nghiền với feta và hương thảo. Đặt trên bánh phồng, gấp lại và dán kín.

b) Nướng cho đến khi vàng. Rắc mật ong trước khi dùng.

67. Măng tây bọc Prosciutto En Croûte

THÀNH PHẦN:
- 1 bó măng tây, chần
- Prosciutto thái lát mỏng
- Vỏ của 1 quả chanh
- 2 tờ bánh phồng, rã đông
- 1 quả trứng (để rửa trứng)

HƯỚNG DẪN:
a) Bọc ngọn măng tây với prosciutto. Đặt trên bánh phồng, gấp lại và dán kín.
b) Nướng cho đến khi vàng. Rắc vỏ chanh trước khi dùng.

bánh strudel

68. Thịt heo kho sốt táo xanh

THÀNH PHẦN:
- 4 thìa mỡ lợn
- 2 pound Thịt vai lợn, cắt thành khối 1/8 inch và nêm muối và tiêu
- 2 củ cà rốt, cắt thành xúc xắc 1/4 inch
- 1 củ hành tây Tây Ban Nha, cắt thành xúc xắc 1 inch
- 4 quả ớt Hungary đỏ, cắt thành khối 1/4 inch
- 2 thìa ớt bột
- 7 ounce Speck, cắt thành khối 1/4 inch
- 1/4 muỗng canh đinh hương xay
- 1/4 thìa cà phê quế
- 2 cốc rượu vang đỏ
- 1 Công thức bánh strudel (xem công thức cơ bản)
- 2 lòng đỏ trứng, đánh bông
- 1 Công thức sốt táo xanh

HƯỚNG DẪN:

a) Trong nồi có đáy nặng, đun nóng mỡ lợn cho đến khi bốc khói. Thêm miếng thịt lợn vào, mỗi lần 5 hoặc 6 miếng và nấu cho đến khi có màu vàng nâu. Loại bỏ và thêm cà rốt, hành tây, ớt, ớt bột, hạt tiêu, đinh hương, quế và nấu cho đến khi mềm, khoảng 8 đến 10 phút.

b) Thêm rượu và đun sôi. Cho thịt lợn đã chín vàng trở lại vào nồi, đun sôi trở lại, sau đó giảm nhiệt và đun trong 1 tiếng rưỡi cho đến khi thịt thật mềm. Nêm muối và hạt tiêu rồi để trong tủ lạnh khoảng 4 giờ.

c) Làm nóng lò nướng ở nhiệt độ 375 F. Cán bột bánh strudel thành hình chữ nhật có kích thước 10 x 14 inch. Đặt thịt lợn hầm nguội vào giữa và cuộn lại như bánh strudel.

d) Hãy để dành những miếng bột vụn đã cắt để trang trí cho bánh strudel có hình thiết kế hoặc tên của người thân. Quét lòng đỏ trứng đã đánh bông lên, đặt lên khay nướng bánh quy và nướng trong vòng 50 đến 60 phút cho đến khi có màu vàng nâu và nóng hổi bên trong.

e) Để bánh strudel nghỉ trong 10 phút và dùng kèm với sốt táo xanh.

69. Bánh mì gà và Andouille Strudels

THÀNH PHẦN:
- 1 muỗng canh dầu thực vật
- Xúc xích Andouille 4 ounce, cắt thành xúc xắc 1 inch
- 1/2 chén hành tây xắt nhỏ
- 1 muỗng canh tỏi băm
- Muối và ớt cayenne, vừa ăn
- 1/4 cốc nước
- 1 chén sốt BBQ ngọt
- 1 muỗng canh rau mùi tây xắt nhỏ
- 3 muỗng canh phô mai Parmigiano-Reggiano bào
- 4 tờ bột phyllo

HƯỚNG DẪN:
a) Làm nóng lò ở nhiệt độ 375 độ F.
b) Trong chảo xào trên lửa vừa, thêm dầu. Ướp gà với Tinh chất. Khi dầu nóng, cho gà vào xào khoảng 2 đến 3 phút, khuấy liên tục.
c) Thêm andouille và xào thêm 2 phút. Cho hành, tỏi vào xào trong 5 phút. Nêm muối và ớt cayenne.
d) Thêm nước, 1/2 chén sốt BBQ, rau mùi tây và phô mai. Đun nhỏ lửa trong 1 phút. Tắt bếp và cho vụn bánh mì vào khuấy đều. Để hỗn hợp nguội hoàn toàn.
e) Xếp bốn tờ bột phyllo lên nhau và cắt tất cả thành ba phần, tạo thành 12 tờ. Chia các tờ giấy thành bốn chồng 3 tờ, phủ phyllo bằng khăn ẩm để tránh bị khô.
f) Quét nhẹ dầu thực vật lên trên mỗi ngăn xếp. Đặt 1/4 cốc hỗn hợp gà vào mép dưới của mỗi chồng phyllo.
g) Gấp hai cạnh của tấm phyllo về phía giữa khoảng 1/4 inch. Bắt đầu từ phía dưới, cuộn tấm phyllo lại một cách an toàn, ấn từng lớp để đóng lại. Nhẹ nhàng chải từng chiếc bánh strudel bằng dầu.
h) Dòng một tấm nướng bánh bằng giấy giấy da. Đặt các bánh strudel lên giấy, cách nhau khoảng 2 inch và nướng trong 15 phút hoặc cho đến khi có màu vàng nâu.
i) Lấy ra khỏi lò, cắt từng chiếc bánh strudel làm đôi theo đường chéo và dùng mỗi chiếc với sốt BBQ còn lại và phô mai bào.

70.Crawfish Strudel với hai loại nước sốt

THÀNH PHẦN:
- 1 muỗng canh dầu mè
- 1 củ hành vàng, thái sợi
- 1 quả ớt chuông đỏ, thái hạt lựu
- 1 quả ớt chuông vàng, thái hạt lựu
- 1 quả ớt chuông xanh, thái hạt lựu
- 1 bó hành xanh, thái lát
- 6 ounce cải chíp, thái hạt lựu
- 4 ounce măng đóng hộp
- 2 ounce nấm Shiitake, thái lát
- 2 củ cà rốt, thái hạt lựu
- 1 pound đuôi tôm
- 2 muỗng canh nước sốt Hoisin
- 3 muỗng canh nước tương
- 2 thìa gừng tươi
- 2 tép tỏi, băm nhỏ
- 1/2 thìa cà phê ớt cayenne
- 1/4 muỗng cà phê tiêu đen nứt
- 1/4 muỗng cà phê hạt tiêu hồng
- Muối để nếm
- 1 pound bơ tan chảy
- 1 pound bột Filo

HƯỚNG DẪN:
a) Trong một cái chảo lớn nặng, đun nóng dầu mè. Thêm ớt chuông đỏ, vàng và xanh vào xào cho đến khi mềm.
b) Thêm hành lá, cải chíp, măng, nấm hương và cà rốt. Tiếp tục xào cho đến khi rau mềm.
c) Thêm đuôi tôm, nước sốt tương đen, nước tương, gừng tươi, tỏi băm, ớt cayenne, tiêu đen xay, hạt tiêu hồng và muối cho vừa ăn. Nấu cho đến khi hỗn hợp có độ al dente. Xả và làm mát trong một cái chao.
d) Làm nóng lò ở nhiệt độ 350 độ F. Làm tan chảy bơ và đặt các tấm filo lên bề mặt làm việc. Quét bơ tan chảy vào giữa các tờ giấy (tổng cộng 7 tờ).

e) Đặt hỗn hợp tôm vào cuối tấm filo. Cuộn chặt và dán kín bằng bơ tan chảy.
f) Nướng trong lò làm nóng trước cho đến khi bột filo có màu vàng nâu.
g) Chuẩn bị hai loại nước sốt và đặt chúng ở mỗi bên đĩa. Bày bánh strudel tôm lên trên nước sốt.
h) Điều chỉnh lượng gừng tùy theo khẩu vị.

71. Strudel cá hồi thịnh soạn với thì là

THÀNH PHẦN:
- 1 pound phi lê cá hồi, dày 1 inch, có da
- Xịt nấu ăn hương vị bơ
- 1/4 thìa cà phê muối
- 1/4 muỗng cà phê bột tỏi
- 1/4 thìa cà phê hạt tiêu tươi
- 1 1/4 cốc khoai tây đỏ, cắt khối
- 3/4 cốc sữa gầy cô đặc
- 1/2 tỏi tây, thái lát mỏng
- 2 thìa cà phê Nước
- 1/2 thìa cà phê bột ngô
- 1 muỗng cà phê thì là khô
- 3 muỗng canh phô mai Parmesan bào
- 8 tờ bột phyllo

HƯỚNG DẪN:

a) Đặt phi lê cá hồi lên chảo gà thịt có phủ xịt nấu ăn. Rắc muối, hạt tiêu và bột tỏi. Đun cho đến khi cá bong ra dễ dàng. Cắt thành khối nhỏ và đặt sang một bên.

b) Làm nóng lò ở nhiệt độ 350°F.

c) Trong một cái chảo nhỏ, trộn khoai tây, sữa và tỏi tây. Đun sôi. Đậy nắp, giảm nhiệt và đun nhỏ lửa trong 10 phút hoặc cho đến khi khoai tây mềm.

d) Trong một bát nhỏ, trộn nước và bột ngô. Thêm vào hỗn hợp khoai tây. Thêm khối cá hồi, thì là khô và phô mai Parmesan. Nhẹ nhàng khuấy và đặt sang một bên.

e) Đặt một tấm phyllo lên bề mặt làm việc (đậy nắp để tránh bị khô). Xịt nhẹ bằng bình xịt nấu ăn. Xếp một tờ giấy khác lên trên và xịt; lặp lại với tất cả các tấm phyllo.

f) Múc hỗn hợp khoai tây dọc theo cạnh dài, để lại đường viền 2 inch. Gấp các cạnh ngắn của tấm phyllo để che các đầu của hỗn hợp khoai tây. Bắt đầu từ cạnh dài (có viền), cuộn theo kiểu cuộn thạch . Đừng cuộn quá chặt.

g) Đặt bánh strudel, mặt đường may hướng xuống dưới, trên chảo cuộn thạch đã được phun xịt nấu ăn. Xịt nhẹ lên bánh strudel bằng bình xịt nấu ăn.

h) Nướng trong 30 phút hoặc cho đến khi có màu vàng nâu.

i) Phục vụ và thưởng thức món bánh cá hồi thịnh soạn này với thì là.

72. Strudel thịt cừu và cà chua khô

THÀNH PHẦN:
- 12 tờ bột phyllo 17 x 12 inch
- 1 1/2 cốc nước sôi
- 1/2 cốc cà chua khô (không ngâm dầu), khoảng 2 ounce
- 1/2 pound Nấm, thái lát mỏng
- 3/4 chén Kalamata hoặc ô liu đen ngâm nước muối khác hoặc ô liu đen chín, thái lát mỏng
- 1 muỗng canh dầu ô liu
- 1 pound thịt cừu xay
- 1 muỗng cà phê hương thảo khô, vụn
- 1 muỗng cà phê húng quế khô, vụn
- 1/2 muỗng cà phê ớt đỏ khô
- 1 1/2 cốc feta vụn, khoảng 8 ounce
- 1/2 cốc mozzarella bào, khoảng 3 ounce
- Khoảng 5 muỗng canh dầu ô liu (để đánh răng)
- Muối và hạt tiêu cho vừa ăn

HƯỚNG DẪN:

a) Đậy chồng tấm phyllo bằng 2 tấm bọc nhựa chồng lên nhau và sau đó là khăn bếp ẩm.

b) Làm nhân: Trong một chiếc bát nhỏ, đổ nước sôi lên cà chua và ngâm trong 5 phút. Xả kỹ và cắt lát mỏng.

c) Trong một chảo nặng lớn, đun nóng dầu ô liu trên lửa cao vừa phải cho đến khi nóng nhưng không bốc khói. Xào nấm với muối và hạt tiêu cho vừa ăn, khuấy đều cho đến khi chất lỏng bay hơi hết. Chuyển nấm vào tô lớn.

d) Thêm thịt cừu xay vào chảo và nấu, khuấy đều và bẻ nhỏ các cục vón cục cho đến khi không còn màu hồng. Chuyển thịt cừu vào tô cùng nấm và loại bỏ mỡ.

e) Khuấy cà chua, ô liu, hương thảo, húng quế và ớt đỏ vào hỗn hợp thịt cừu. Làm mát trong 10 phút. Khuấy feta, mozzarella, muối và hạt tiêu cho vừa ăn.

f) Làm nóng lò ở nhiệt độ 425°F và bôi nhẹ một chảo nướng nông lớn.

g) Xếp phyllo vào giữa 2 tờ giấy sáp và phủ khăn bếp khô lên. Trên bề mặt làm việc, xếp hai tờ giấy sáp dài 20 inch với các cạnh dài chồng lên nhau một chút và hướng về phía bạn. Đặt 1 tờ phyllo lên giấy sáp và chải nhẹ bằng dầu. Xếp lớp và chải thêm 5 tấm phyllo theo cách tương tự. (Tập phyllo được bôi dầu phải dày 6 tờ.)

h) Trải một nửa phần nhân thành một dải rộng 3 inch, gò nó trên tấm phyllo cao hơn cạnh dài nhất 4 inch, để lại đường viền 2 inch ở mỗi đầu.

i) Sử dụng giấy sáp làm hướng dẫn, nhấc phần bánh ngọt 4 inch phía dưới lên trên phần nhân, gấp hai đầu lại và cuộn chặt bánh strudel lại. Cẩn thận chuyển bánh strudel có đường may hướng xuống dưới vào khay nướng và phết nhẹ một lớp dầu. Làm một chiếc bánh strudel khác với các nguyên liệu còn lại theo cách tương tự.

j) Nướng bánh strudel ở giữa lò trong 25 phút hoặc cho đến khi vàng. Bánh mì nguội để hâm nóng trong chảo trên giá.

k) Cắt bánh strudel thành lát 1 inch bằng dao có răng cưa và dùng nóng.

l) Thưởng thức món thịt cừu thơm ngon và bánh cà chua khô này!

73. Strudel rau Ma-rốc

THÀNH PHẦN:

- 1 củ hành tây, thái lát
- 2 đầu tỏi, cắt nhỏ
- 2 củ cà rốt, thái lát
- 1 quả ớt đỏ, cắt thành khối
- 1 củ khoai lang, gọt vỏ và cắt nhỏ
- 1 củ cải, gọt vỏ và cắt nhỏ
- 2 quả cà chua mận, cắt thành 8 miếng
- 1/4 cốc dầu ô liu (50 mL)
- 2 muỗng cà phê muối (10 mL)
- 2 chén couscous nấu chín, gạo hoặc quả lúa mì (500 mL)
- 1 thìa húng tây tươi (15 mL)
- 2 muỗng canh Nước (25 mL)
- 1/2 cốc vụn bánh mì (125 mL)
- 6 ounce Phô mai dê, vụn (tùy chọn) (175 g)
- 1/4 cốc húng quế tươi cắt nhỏ (50 mL)
- 10 tờ bánh ngọt phyllo
- 1/3 cốc bơ không muối, tan chảy (hoặc dầu ô liu) (75 mL)

HƯỚNG DẪN:

a) Xếp rau củ lên khay nướng có lót giấy nến. Rắc dầu ô liu và rắc muối và húng tây. Nướng trong lò ở nhiệt độ 425°F/210°C trong 50 đến 60 phút hoặc cho đến khi rau rất mềm.

b) Bóp tỏi ra khỏi vỏ và kết hợp với rau, ngũ cốc nấu chín, phô mai dê (nếu dùng) và húng quế.

c) Sắp xếp riêng hai tấm phyllo trên khăn trà. Che phần phyllo còn lại bằng màng bọc thực phẩm.

d) Quét các tấm phyllo với bơ tan chảy (pha với nước) và rắc vụn bánh mì. Lặp lại với tấm phyllo còn lại, tạo thành hai chồng, mỗi chồng 5 tờ.

e) Xếp hỗn hợp rau xuống một cạnh dài của lá phyllo và cuộn lại.

f) Chuyển nhẹ nhàng vào một tấm nướng bánh. Tạo các đường chéo xuyên qua lớp bánh ngọt trên cùng. Nướng ở 400°F/200°C trong 30 đến 40 phút cho đến khi chín vàng.

SỐT CHARMOULA:

g) Kết hợp 1 tép tỏi băm với 1 thìa cà phê (5 mL) thì là và ớt bột và 1/2 thìa cà phê (2 mL) ớt cayenne mỗi loại.

h) Khuấy 1/2 cốc (125 mL) sốt mayonnaise hoặc phô mai sữa chua hoặc hỗn hợp. Thêm 1 thìa canh (15 mL) nước cốt chanh và 2 thìa canh (25 mL) ngò tươi cắt nhỏ.

i) Phục vụ các lát bánh Strudel rau của Ma-rốc với nước sốt Charmoula . Thưởng thức!

74. Cá hồi hun khói & Brie Strudel

THÀNH PHẦN:
- 1/2 chén mù tạt khô
- 1/2 chén đường cát trắng
- 1/4 chén giấm rượu gạo
- 1/4 chén mù tạt vàng đã chuẩn bị
- 1 muỗng canh dầu mè
- 2 muỗng canh nước tương
- 1 1/2 muỗng cà phê ớt bột
- 1/4 thìa cà phê ớt cayenne
- 3 tờ bột phyllo
- 1/4 cốc bơ tan chảy
- 1/4 chén rau thơm tươi xắt nhỏ
- 1 miếng phô mai Brie (8 oz)
- 1/2 pound cá hồi hun khói thái lát
- 1 bánh mì baguette, cắt thành từng miếng 1/2 inch và nướng nhẹ

HƯỚNG DẪN:
a) Làm nóng lò ở nhiệt độ 400 độ.
b) Trong một tô trộn, trộn đều mù tạt khô xay, đường, giấm rượu gạo, mù tạt vàng, dầu mè, nước tương, ớt bột và ớt cayenne. Đặt hỗn hợp sang một bên.
c) Đặt ba miếng bột phyllo lên một mặt phẳng. Quét các đầu của bột bằng bơ tan chảy.
d) Ở giữa bột phyllo, phết một ít hỗn hợp mù tạt. Rắc vòng tròn hỗn hợp mù tạt với các loại thảo mộc xắt nhỏ.
e) Nêm cá hồi với muối và hạt tiêu. Bọc bánh Brie với cá hồi thái lát, để các lát chồng lên nhau. Bọc phô mai như một gói.
f) Đặt Brie bọc cá hồi vào giữa vòng tròn mù tạt/thảo mộc. Gấp hai đầu của bột phyllo vào giữa. Gấp các đầu còn lại vào, tạo thành một gói. Bịt kín hoàn toàn.
g) Đổ bột ra khay có lót sẵn giấy da, với các mép gấp nằm trên tờ giấy nến.
h) Nhẹ nhàng chải bột với bơ tan chảy còn lại.
i) Đặt chảo vào lò nướng và nướng cho đến khi vàng nâu, khoảng 10 đến 12 phút.
j) Lấy ra khỏi lò và để nguội một chút trước khi cắt lát. Ăn bánh mì nướng với sốt mù tạt còn lại.
k) Thưởng thức Cá hồi hun khói & Brie Strudel thơm ngon của bạn!

75.Cá hồi hun khói và bánh táo nướng

THÀNH PHẦN:
- 2 quả táo Granny Smith, bỏ lõi và cắt thành vòng 1/2"
- 1 muỗng canh dầu ô liu
- Muối và hạt tiêu cho vừa ăn
- 1/2 pound Cá hồi hun khói, thái thành từng miếng nhỏ
- 2 muỗng canh hẹ, băm nhỏ
- 1/4 cốc phô mai kem, nhiệt độ phòng
- 2 muỗng canh hẹ, thái nhỏ
- 5 tờ bột Phyllo
- 1/2 chén bơ, tan chảy

HƯỚNG DẪN:
a) Làm nóng lò nướng trước. Làm nóng lò ở nhiệt độ 400 độ.
b) Trộn táo với dầu ô liu và nêm muối và hạt tiêu. Đặt lên vỉ nướng và nướng trong 2 phút mỗi mặt. Lấy táo ra khỏi vỉ nướng và thái hạt lựu nhỏ.
c) Trong một bát trộn, trộn táo thái hạt lựu, cá hồi hun khói và hẹ tây băm nhỏ. Liên kết hỗn hợp với phô mai kem. Khuấy hẹ. Nêm với muối và hạt tiêu.
d) Quét từng tờ phyllo bằng bơ tan chảy. Trải 1/3 miếng phyllo với nhân cá hồi táo.
e) Hướng phần nhân bánh về phía bạn, cuộn bánh strudel lên như cuộn thạch . Đặt trên khay nướng có lót giấy da và phết phần bơ còn lại.
f) Nướng trong 15 phút hoặc cho đến khi bánh strudel có màu vàng nâu.
g) Cắt lát bánh strudel theo hướng và sắp xếp trên đĩa. Trang trí với lá hẹ và tinh chất.
h) Thưởng thức cá hồi hun khói và bánh táo nướng hấp dẫn của bạn!

76.Strudel nấm hoang dã

THÀNH PHẦN:
- 1 muỗng canh dầu ô liu
- 1 củ hành vàng nhỏ, xắt nhỏ
- 2 củ hẹ, xắt nhỏ
- 3 tép tỏi, băm nhỏ
- 1 cốc rượu vang đỏ
- 4 chén nấm rừng thái lát
- 1/2 chén phô mai Parmesan mới bào
- 1/3 chén phô mai dê hoặc phô mai ricotta mềm, nhẹ
- 1/4 cốc vụn bánh mì nướng không tẩm gia vị
- 2 muỗng cà phê húng quế tươi cắt nhỏ
- 1 muỗng cà phê hương thảo tươi cắt nhỏ
- 1/2 muỗng cà phê tiêu đen nứt
- Muối, để nếm
- 4 tờ bột Phyllo
- 4 muỗng canh bơ không muối, tan chảy
- Ớt chuông đỏ nướng và sốt húng quế

HƯỚNG DẪN:

a) Làm nóng lò ở nhiệt độ 350 độ. Dòng một tấm nướng bánh bằng giấy giấy da.

b) Để làm nhân, đun nóng dầu ô liu trong chảo xào lớn trên lửa cao cho đến khi thật nóng. Thêm hành tây, hẹ tây và tỏi vào xào cho đến khi có mùi thơm, khoảng 1 phút.

c) Thêm rượu vang đỏ và giảm một nửa, khoảng 4 phút. Thêm nấm và nấu cho đến khi mềm và hầu hết chất lỏng giảm đi , từ 4 đến 5 phút. Tắt bếp và để nhân nguội một chút. Chuyển phần nhân vào tô lớn và để nguội hoàn toàn.

d) Gấp phô mai Parmesan và dê vào. Thêm vụn bánh mì , húng quế, hương thảo và hạt tiêu đen. Trộn đều, nêm muối vừa ăn rồi để sang một bên.

e) Đặt 2 tấm bột phyllo lên bề mặt làm việc sạch sẽ, khô ráo và phết bơ tan chảy lên tấm trên cùng. Đặt thêm 2 tấm phyllo lên trên và phết bơ lên tấm trên cùng.

f) Múc nhân vào giữa bột, dàn đều thành hình chữ nhật, chừa lại đường viền 2 inch. Gấp một trong các đầu ngắn của bột lên trên phần nhân khoảng 1 inch. Gấp một trong các đầu dài lên trên khoảng 1 inch của phần nhân và nhẹ nhàng cuộn thành khúc gỗ.

g) Đặt bánh strudel, mặt có đường may hướng xuống dưới, trên khay nướng đã chuẩn bị sẵn và cắt các lỗ thông hơi sâu 1/4 inch dọc theo mặt trên.

h) Nướng trong lò từ 25 đến 30 phút, hoặc cho đến khi có màu vàng nâu.

i) Lấy ra khỏi lò và để nguội trên chảo. Dùng dao có răng cưa cắt bánh strudel thành 8 miếng.

j) Ăn nóng kèm theo sốt ớt chuông đỏ nướng và húng quế.

77.Bánh mì gan

THÀNH PHẦN:
VỎ TRÁI ĐẤT:
- 1 1/4 chén bột mì đã rây
- 1/2 thìa cà phê muối
- 1/3 cốc rút ngắn
- 3 muỗng canh nước (xấp xỉ)

ĐỔ ĐẦY:
- 2 củ hành tây, băm nhỏ
- 3 thìa mỡ
- 1/2 pound gan bò, thái lát
- 4 quả trứng luộc chín
- 1/2 thìa cà phê muối
- 1 quả trứng, đánh đập
- Một chút xíu muối

HƯỚNG DẪN:
ĐỐI VỚI LỚP VỎ:
a) Rây bột và muối với nhau.
b) Cắt rút ngắn cho đến khi hỗn hợp giống như cát thô.
c) Thêm nước từng chút một cho đến khi tất cả được làm ẩm và các miếng dính vào nhau.

ĐỐI VỚI ĐIỀN:
d) Xào hành tây trong mỡ cho đến khi có màu vàng nhạt.
e) Thêm gan và xào trong 4 phút mỗi bên.
f) Cho hành, gan và trứng vào máy xay thực phẩm.
g) Trộn với lượng mỡ còn lại trong chảo và thêm muối và hạt tiêu.

CUỘC HỌP:
h) Chia bột thành ba phần và cuộn thật mỏng thành các dải, mỗi dải có kích thước 4 inch x 12 inch.
i) Đặt một thanh hỗn hợp gan xuống giữa mỗi dải.
j) Lăn một nửa chiếc bánh ngọt lên trên; phết một lớp trứng đã đánh lên và phủ mặt còn lại của bánh ngọt.
k) Quét toàn bộ trứng đã đánh lên và bịt kín các đầu.
l) Đặt trên khay nướng và nướng trong lò 400°F trong 20 phút.
m) Để nguội một chút và cắt thành lát 1/2 inch.

78. bánh mì thịt

THÀNH PHẦN:
ĐỐI VỚI ĐIỀN:
- 1 lb thịt bò xay hoặc hỗn hợp thịt bò và thịt lợn
- 1 củ hành tây, thái nhỏ
- 2 tép tỏi, băm nhỏ
- 1 chén nấm, thái nhỏ
- 1 chén rau bina, xắt nhỏ
- 1/4 chén vụn bánh mì
- 1/4 chén nước luộc thịt bò hoặc rau
- 1 muỗng cà phê húng tây khô
- Muối và hạt tiêu đen cho vừa ăn

ĐỐI VỚI BỘT STRUDEL:
- 2 chén bột mì đa dụng
- 1/2 cốc nước ấm
- 1/4 chén dầu thực vật
- Chút muối

ĐỂ LẮP RÁP:
- 1/2 chén bơ tan chảy (để đánh răng)
- Hạt vừng hoặc hạt anh túc (tuỳ thích, để rắc lên trên)

HƯỚNG DẪN:
ĐỐI VỚI ĐIỀN:
a) Trong chảo, làm nâu thịt xay trên lửa vừa. Hút mỡ thừa nếu cần thiết.
b) Thêm hành và tỏi cắt nhỏ vào chảo. Xào cho đến khi hành tây trong suốt.
c) Khuấy nấm cắt nhỏ và nấu cho đến khi chúng giải phóng độ ẩm.
d) Thêm rau bina cắt nhỏ, vụn bánh mì, nước dùng thịt bò hoặc rau, húng tây khô, muối và hạt tiêu đen. Nấu cho đến khi hỗn hợp được kết hợp tốt và chất lỏng dư thừa sẽ bay hơi. Hủy bỏ nhiệt và để nguội.

ĐỐI VỚI BỘT STRUDEL:
e) Trong một cái bát, trộn bột mì và muối. Tạo một cái giếng ở giữa rồi thêm nước ấm và dầu thực vật vào.
f) Trộn cho đến khi tạo thành một khối bột. Nhào bột trên bề mặt đã rắc bột mì cho đến khi bột mịn và đàn hồi.

g) Để bột nghỉ khoảng 30 phút, đậy lại bằng khăn ẩm.

CUỘC HỌP:

h) Làm nóng lò ở nhiệt độ 375°F (190°C).
i) Cán bột trên bề mặt đã rắc bột mì thành một hình chữ nhật lớn.
j) Đặt phần nhân thịt đã nguội dọc theo một cạnh của hình chữ nhật, chừa một khoảng trống xung quanh các cạnh.
k) Lăn bột lên trên phần nhân, vừa thực hiện vừa nhét bột vào các cạnh để tạo thành hình khúc gỗ.
l) Đặt bánh strudel đã cuộn lên khay nướng có lót giấy da.
m) Quét bơ tan chảy lên bánh strudel. Tùy ý, rắc hạt vừng hoặc hạt anh túc lên trên.
n) Nướng trong lò làm nóng trước khoảng 25-30 phút hoặc cho đến khi bánh có màu nâu vàng và chín đều.
o) Để Thịt Strudel nguội một chút trước khi cắt lát.
p) Phục vụ món Meat Strudel khi còn ấm và thưởng thức phần nhân thơm ngon được bọc trong lớp vỏ vàng mịn!

79.Strudel cà tím-cà chua

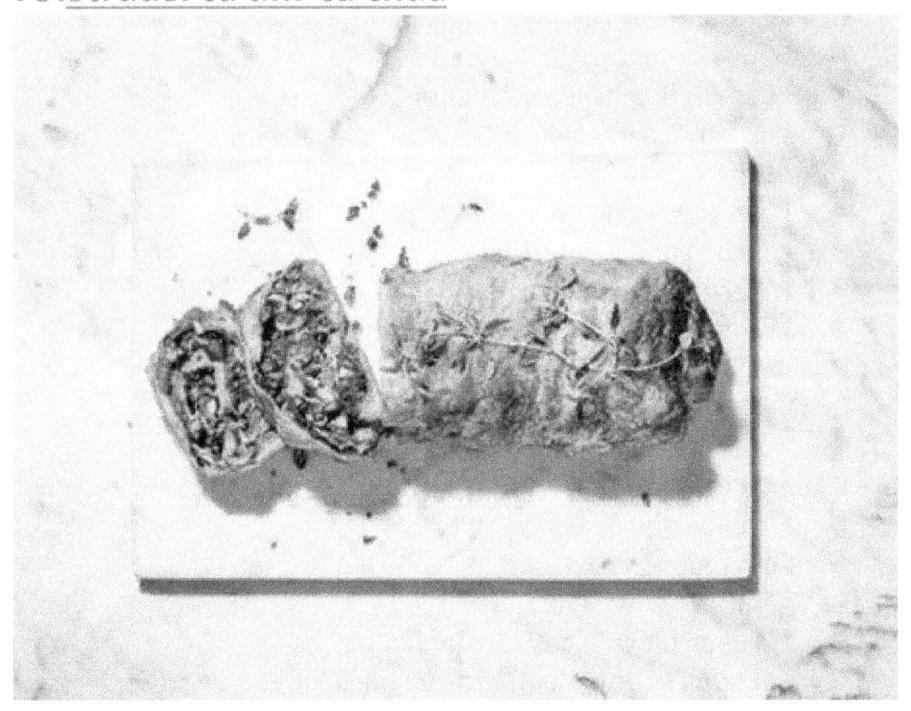

THÀNH PHẦN:
ĐỐI VỚI ĐIỀN:
- 1 quả cà tím lớn, thái hạt lựu
- 1 cốc cà chua bi, giảm một nửa
- 1 củ hành tây, thái nhỏ
- 2 tép tỏi, băm nhỏ
- 1 quả ớt chuông đỏ, thái hạt lựu
- 1/2 chén phô mai feta vụn
- 1/4 chén húng quế tươi xắt nhỏ
- 2 muỗng canh dầu ô liu
- Muối và hạt tiêu đen cho vừa ăn

ĐỐI VỚI BỘT STRUDEL:
- 2 chén bột mì đa dụng
- 1/2 cốc nước ấm
- 1/4 chén dầu ô liu
- Chút muối

ĐỂ LẮP RÁP:
- 1/4 chén bơ tan chảy (để đánh răng)
- Hạt vừng hoặc hạt anh túc (tuỳ thích, để rắc lên trên)

HƯỚNG DẪN:
ĐỐI VỚI ĐIỀN:
a) Làm nóng lò ở nhiệt độ 375°F (190°C).
b) Đặt cà tím thái hạt lựu lên khay nướng, rưới dầu ô liu rồi nướng trong lò đã làm nóng trước khoảng 15-20 phút hoặc cho đến khi cà tím mềm. Lấy ra khỏi lò và để nguội.
c) Trong chảo, xào hành và tỏi cắt nhỏ trong dầu ô liu cho đến khi mềm.
d) Thêm ớt chuông đỏ thái hạt lựu vào chảo và nấu trong vài phút cho đến khi hơi mềm.
e) Kết hợp cà tím nướng, hỗn hợp hành tây xào, cà chua bi, feta vụn và húng quế cắt nhỏ vào tô. Nêm muối và hạt tiêu đen. Trộn đều.

ĐỐI VỚI BỘT STRUDEL:
f) Trong một cái bát, trộn bột mì và muối. Tạo một cái giếng ở giữa và thêm nước ấm và dầu ô liu.

g) Trộn cho đến khi tạo thành một khối bột. Nhào bột trên bề mặt đã rắc bột mì cho đến khi bột mịn và đàn hồi.
h) Để bột nghỉ khoảng 30 phút, đậy lại bằng khăn ẩm.

CUỘC HỌP:
i) Làm nóng lò ở nhiệt độ 375°F (190°C).
j) Cán bột trên bề mặt đã rắc bột mì thành một hình chữ nhật lớn.
k) Đặt phần nhân đã chuẩn bị dọc theo một cạnh của hình chữ nhật, chừa một khoảng trống xung quanh các cạnh.
l) Lăn bột lên trên phần nhân, vừa thực hiện vừa nhét bột vào các cạnh để tạo thành hình khúc gỗ.
m) Đặt bánh strudel đã cuộn lên khay nướng có lót giấy da.
n) Quét bơ tan chảy lên bánh strudel. Tùy ý, rắc hạt vừng hoặc hạt anh túc lên trên.
o) Nướng trong lò làm nóng trước khoảng 25-30 phút hoặc cho đến khi bánh có màu nâu vàng và chín đều.
p) Để Strudel cà tím-cà chua nguội một chút trước khi cắt lát.
q) Phục vụ món Cà tím-Cà chua Strudel còn ấm và thưởng thức sự kết hợp thú vị giữa cà tím nướng, cà chua mọng nước và feta thơm ngon được bọc trong lớp bánh ngọt xốp!

80. Bí ngòi Strudel với thịt băm

THÀNH PHẦN:
ĐỐI VỚI ĐIỀN:
- 1 lb thịt bò xay hoặc hỗn hợp thịt bò và thịt lợn
- 2 quả bí vừa, nạo
- 1 củ hành tây, thái nhỏ
- 2 tép tỏi, băm nhỏ
- 1/2 chén vụn bánh mì
- 1/4 cốc sữa
- 1 thìa cà phê lá oregano khô
- Muối và hạt tiêu đen cho vừa ăn
- Dầu ô liu để xào

ĐỐI VỚI BỘT STRUDEL:
- 2 chén bột mì đa dụng
- 1/2 cốc nước ấm
- 1/4 chén dầu thực vật
- Chút muối

ĐỂ LẮP RÁP:
- 1/4 chén bơ tan chảy (để đánh răng)
- Hạt vừng hoặc hạt anh túc (tuỳ thích, để rắc lên trên)

HƯỚNG DẪN:
ĐỐI VỚI ĐIỀN:
a) Làm nóng lò ở nhiệt độ 375°F (190°C).
b) Trong chảo, xào hành tây xắt nhỏ và tỏi băm trong dầu ô liu cho đến khi mềm.
c) Thêm thịt xay vào chảo và nấu cho đến khi chín vàng. Hút mỡ thừa nếu cần thiết.
d) Trong một cái bát, trộn bí xanh bào sợi, vụn bánh mì, sữa, lá oregano khô, muối và tiêu đen. Trộn đều.
e) Thêm hỗn hợp bí xanh vào chảo cùng với thịt đã nấu chín. Nấu trong vài phút cho đến khi bí xanh mềm. Hủy bỏ nhiệt và để nguội.

ĐỐI VỚI BỘT STRUDEL:
f) Trong một cái bát, trộn bột mì và muối. Tạo một cái giếng ở giữa rồi thêm nước ấm và dầu thực vật vào.
g) Trộn cho đến khi tạo thành một khối bột. Nhào bột trên bề mặt đã rắc bột mì cho đến khi bột mịn và đàn hồi.

h) Để bột nghỉ khoảng 30 phút, đậy lại bằng khăn ẩm.

CUỘC HỌP:

i) Làm nóng lò ở nhiệt độ 375°F (190°C).
j) Cán bột trên bề mặt đã rắc bột mì thành một hình chữ nhật lớn.
k) Đặt bí ngòi đã nguội và nhân thịt dọc theo một cạnh của hình chữ nhật, chừa một khoảng trống xung quanh các cạnh.
l) Lăn bột lên trên phần nhân, vừa thực hiện vừa nhét bột vào các cạnh để tạo thành hình khúc gỗ.
m) Đặt bánh strudel đã cuộn lên khay nướng có lót giấy da.
n) Quét bơ tan chảy lên bánh strudel. Tùy ý, rắc hạt vừng hoặc hạt anh túc lên trên.
o) Nướng trong lò làm nóng trước khoảng 25-30 phút hoặc cho đến khi bánh có màu nâu vàng và chín đều.
p) Để Zucchini Strudel với Thịt Băm nguội một chút trước khi cắt.
q) Phục vụ Zucchini Strudel khi còn ấm và thưởng thức sự kết hợp đầy hương vị của bí xanh, thịt băm và các loại thảo mộc thơm được bọc trong lớp vỏ vàng giòn!

81. Strudel thịt bò và bông cải xanh

THÀNH PHẦN:
ĐỐI VỚI ĐIỀN:
- 1 lb thăn bò, thái lát mỏng
- 2 chén bông cải xanh, chần
- 1 củ hành tây, thái lát mỏng
- 2 tép tỏi, băm nhỏ
- 1/4 chén nước tương
- 2 muỗng canh dầu hào
- 1 muỗng canh tương đen
- 1 muỗng cà phê dầu mè
- 1 muỗng canh dầu thực vật
- Muối và hạt tiêu đen cho vừa ăn

ĐỐI VỚI BỘT STRUDEL:
- 2 chén bột mì đa dụng
- 1/2 cốc nước ấm
- 1/4 chén dầu thực vật
- Chút muối

ĐỂ LẮP RÁP:
- 1/4 chén bơ tan chảy (để đánh răng)
- Hạt vừng (tuỳ thích, để phủ lên trên)

HƯỚNG DẪN:
ĐỐI VỚI ĐIỀN:
a) Làm nóng lò ở nhiệt độ 375°F (190°C).
b) Trong chảo, đun nóng dầu thực vật trên lửa vừa cao. Thêm thịt bò thái lát và nấu cho đến khi chín. Hủy bỏ từ chảo và đặt sang một bên.
c) Trong cùng một chảo, thêm một chút dầu nếu cần. Xào hành tây thái lát và tỏi băm cho đến khi mềm.
d) Thêm bông cải xanh đã chần vào chảo và xào trong vài phút.
e) Cho thịt bò đã nấu chín trở lại chảo. Thêm nước tương, dầu hào, tương đen, dầu mè, muối và tiêu đen. Nấu cho đến khi hỗn hợp được kết hợp tốt và đun nóng. Hủy bỏ nhiệt và để nguội.

ĐỐI VỚI BỘT STRUDEL:
f) Trong một cái bát, trộn bột mì và muối. Tạo một cái giếng ở giữa rồi thêm nước ấm và dầu thực vật vào.

g) Trộn cho đến khi tạo thành một khối bột. Nhào bột trên bề mặt đã rắc bột mì cho đến khi bột mịn và đàn hồi.
h) Để bột nghỉ khoảng 30 phút, đậy lại bằng khăn ẩm.

CUỘC HỌP:
i) Làm nóng lò ở nhiệt độ 375°F (190°C).
j) Cán bột trên bề mặt đã rắc bột mì thành một hình chữ nhật lớn.
k) Đặt nhân thịt bò và bông cải xanh đã nguội dọc theo một cạnh của hình chữ nhật, chừa một khoảng trống xung quanh các cạnh.
l) Lăn bột lên trên phần nhân, vừa thực hiện vừa nhét bột vào các cạnh để tạo thành hình khúc gỗ.
m) Đặt bánh strudel đã cuộn lên khay nướng có lót giấy da.
n) Quét bơ tan chảy lên bánh strudel. Tùy ý, rắc hạt vừng lên trên.
o) Nướng trong lò làm nóng trước khoảng 25-30 phút hoặc cho đến khi bánh có màu nâu vàng và chín đều.
p) Để thịt bò và bông cải xanh nguội một chút trước khi cắt lát.

82. Bánh mì xúc xích và nấm

THÀNH PHẦN:
ĐỐI VỚI ĐIỀN:
- 1 lb (món Ý, bữa sáng hoặc tùy bạn chọn), đã bỏ vỏ
- 2 chén nấm, thái nhỏ
- 1 củ hành tây, thái nhỏ
- 2 tép tỏi, băm nhỏ
- 1/2 chén vụn bánh mì
- 1/4 chén phô mai Parmesan bào
- 1 muỗng canh lá húng tây tươi
- Muối và hạt tiêu đen cho vừa ăn
- Dầu ô liu để xào

ĐỐI VỚI BỘT STRUDEL:
- 2 chén bột mì đa dụng
- 1/2 cốc nước ấm
- 1/4 chén dầu thực vật
- Chút muối

ĐỂ LẮP RÁP:
- 1/4 chén bơ tan chảy (để đánh răng)
- Hạt vừng hoặc hạt anh túc (tuỳ thích, để rắc lên trên)

HƯỚNG DẪN:
ĐỐI VỚI ĐIỀN:
a) Làm nóng lò ở nhiệt độ 375°F (190°C).
b) Trong chảo, đun nóng dầu ô liu trên lửa vừa cao. Thêm hành tây xắt nhỏ và tỏi băm. Xào cho đến khi mềm.
c) Cho xúc xích vào chảo, dùng thìa bẻ nhỏ và nấu cho đến khi chín vàng. Hút mỡ thừa nếu cần thiết.
d) Thêm nấm cắt nhỏ vào chảo và nấu cho đến khi chúng nhả hơi ẩm.
e) Khuấy vụn bánh mì, Parmesan bào, húng tây tươi, muối và hạt tiêu đen. Nấu cho đến khi hỗn hợp được kết hợp tốt. Hủy bỏ nhiệt và để nguội.

ĐỐI VỚI BỘT STRUDEL:
f) Trong một cái bát, trộn bột mì và muối. Tạo một cái giếng ở giữa rồi thêm nước ấm và dầu thực vật vào.
g) Trộn cho đến khi tạo thành một khối bột. Nhào bột trên bề mặt đã rắc bột mì cho đến khi bột mịn và đàn hồi.

h) Để bột nghỉ khoảng 30 phút, đậy lại bằng khăn ẩm.

CUỘC HỌP:

i) Làm nóng lò ở nhiệt độ 375°F (190°C).
j) Cán bột trên bề mặt đã rắc bột mì thành một hình chữ nhật lớn.
k) Đặt xúc xích và nấm đã nguội dọc theo một cạnh của hình chữ nhật, chừa một khoảng trống xung quanh các cạnh.
l) Lăn bột lên trên phần nhân, vừa thực hiện vừa nhét bột vào các cạnh để tạo thành hình khúc gỗ.
m) Đặt bánh strudel đã cuộn lên khay nướng có lót giấy da.
n) Quét bơ tan chảy lên bánh strudel. Tùy ý, rắc hạt vừng hoặc hạt anh túc lên trên.
o) Nướng trong lò làm nóng trước khoảng 25-30 phút hoặc cho đến khi bánh có màu nâu vàng và chín đều.
p) Để xúc xích và nấm Strudel nguội một chút trước khi cắt.

83.Strudel nấm và bí xanh

THÀNH PHẦN:
ĐỐI VỚI ĐIỀN:
- 2 chén nấm, thái lát mỏng
- 2 quả bí vừa (zucchini), xay
- 1 củ hành tây, thái nhỏ
- 2 tép tỏi, băm nhỏ
- 1/2 chén phô mai ricotta
- 1/4 chén phô mai Parmesan bào
- 2 muỗng canh mùi tây tươi, xắt nhỏ
- 1 muỗng canh dầu ô liu
- Muối và hạt tiêu đen cho vừa ăn

ĐỐI VỚI BỘT STRUDEL:
- 2 chén bột mì đa dụng
- 1/2 cốc nước ấm
- 1/4 chén dầu ô liu
- Chút muối

ĐỂ LẮP RÁP:
- 1/4 chén bơ tan chảy (để đánh răng)
- Hạt vừng hoặc hạt anh túc (tuỳ thích, để rắc lên trên)

HƯỚNG DẪN:
ĐỐI VỚI ĐIỀN:
a) Làm nóng lò ở nhiệt độ 375°F (190°C).
b) Trong chảo, đun nóng dầu ô liu trên lửa vừa cao. Thêm hành tây xắt nhỏ và tỏi băm. Xào cho đến khi mềm.
c) Thêm nấm thái lát vào chảo và nấu cho đến khi chúng giải phóng độ ẩm.
d) Khuấy bí xanh bào sợi (bí xanh) và nấu trong vài phút cho đến khi mềm. Loại bỏ độ ẩm dư thừa nếu cần thiết.
e) Trong một cái bát, kết hợp hỗn hợp nấm xào và bí xanh với phô mai ricotta, Parmesan bào, rau mùi tây cắt nhỏ, muối và tiêu đen. Trộn đều. Để nguội.

ĐỐI VỚI BỘT STRUDEL:
f) Trong một cái bát, trộn bột mì và muối. Tạo một cái giếng ở giữa và thêm nước ấm và dầu ô liu.

g) Trộn cho đến khi tạo thành một khối bột. Nhào bột trên bề mặt đã rắc bột mì cho đến khi bột mịn và đàn hồi.
h) Để bột nghỉ khoảng 30 phút, đậy lại bằng khăn ẩm.

CUỘC HỌP:
i) Làm nóng lò ở nhiệt độ 375°F (190°C).
j) Cán bột trên bề mặt đã rắc bột mì thành một hình chữ nhật lớn.
k) Đặt phần nhân nấm và bí xanh đã nguội dọc theo một cạnh của hình chữ nhật, chừa một khoảng trống xung quanh các cạnh.
l) Lăn bột lên trên phần nhân, vừa thực hiện vừa nhét bột vào các cạnh để tạo thành hình khúc gỗ.
m) Đặt bánh strudel đã cuộn lên khay nướng có lót giấy da.
n) Quét bơ tan chảy lên bánh strudel. Tùy ý, rắc hạt vừng hoặc hạt anh túc lên trên.
o) Nướng trong lò làm nóng trước khoảng 25-30 phút hoặc cho đến khi bánh có màu nâu vàng và chín đều.
p) Để Nấm và Bí xanh nguội một chút trước khi cắt lát.

84. Bánh nấm

THÀNH PHẦN:
- 2 củ hẹ, xắt nhỏ
- ½ chén rượu trắng
- 8 ounce crimini , thái lát
- 8 ounce nấm đông cô, thái lát
- 1 ½ cốc kem đặc
- ½ thìa cà phê húng tây, tươi
- Muối và hạt tiêu đen cho vừa ăn
- 1 quả trứng, đánh bông
- 12 miếng bánh phồng hình vuông 4 inch

HƯỚNG DẪN:

a) Nấu nấm và hẹ tây trong rượu cho đến khi rượu bay hơi. Thêm kem, húng tây, muối và hạt tiêu.

b) Giảm một nửa và để lạnh trong vài giờ hoặc cho đến khi kem đặc lại. Múc 1 thìa cà phê tròn hỗn hợp nấm vào bánh ngọt, gấp lại và phết bằng nước rửa trứng.

c) Nướng trong lò khoảng 8-12 phút hoặc cho đến khi có màu vàng nâu. Đun nóng hỗn hợp nấm còn lại và dùng kèm với bánh strudel.

NHIỀU MÓN ĐÓN HƠN

85. Bánh mỳ thăn nhân phô mai và nấm

THÀNH PHẦN:
ĐỐI VỚI CÁC CUỘC THUYỀN:
- 1 bánh mì baguette, cắt thành từng viên tròn 1/2 inch
- Dầu ô liu để đánh răng
- Muối và hạt tiêu đen cho vừa ăn

ĐỐI VỚI THĂN THĂN BÒ:
- 1 lb thăn bò, thái hạt lựu
- 2 muỗng canh dầu ô liu
- 2 tép tỏi, băm nhỏ
- 1 muỗng cà phê húng tây khô
- Muối và hạt tiêu đen cho vừa ăn

ĐỐI VỚI NẤM VÀ PHÔ MAI DÊ:
- 2 chén nấm, thái nhỏ
- 2 thìa bơ
- 1 củ hành tây nhỏ, thái nhỏ
- 2 tép tỏi, băm nhỏ
- 4 ounce phô mai dê
- Muối và hạt tiêu đen cho vừa ăn
- Rau mùi tây tươi, cắt nhỏ (để trang trí)

HƯỚNG DẪN:
ĐỐI VỚI CÁC CUỘC THUYỀN:
a) Làm nóng lò ở nhiệt độ 375°F (190°C).
b) Đặt các lát bánh mì baguette lên khay nướng. Quét từng lát dầu ô liu và rắc muối và hạt tiêu đen.
c) Nướng trong lò làm nóng trước từ 8-10 phút hoặc cho đến khi các lát có màu nâu vàng và giòn. Để qua một bên.

ĐỐI VỚI THĂN THĂN BÒ:
d) Trong chảo, đun nóng dầu ô liu trên lửa vừa cao. Thêm tỏi băm vào xào cho đến khi có mùi thơm.
e) Thêm thăn bò thái hạt lựu mịn vào chảo. Nêm húng tây khô, muối và hạt tiêu đen.
f) Nấu cho đến khi thịt bò chín vàng đều các mặt. Hủy bỏ nhiệt và đặt sang một bên.

ĐỐI VỚI NẤM VÀ PHÔ MAI DÊ:

g) Trong cùng một chảo, làm tan bơ trên lửa vừa. Thêm hành tây xắt nhỏ và xào cho đến khi mềm.

h) Thêm nấm cắt nhỏ và tỏi băm vào chảo. Nấu cho đến khi nấm nhả hơi ẩm.

i) Nêm muối và hạt tiêu đen. Khuấy phô mai dê và nấu cho đến khi hỗn hợp được kết hợp tốt . Loại bỏ khỏi nhiệt.

CUỘC HỌP:

j) Múc một lượng nhỏ nhân nấm và phô mai dê vào mỗi chiếc bánh nướng.

k) Phủ một phần thịt thăn bò xào lên trên mỗi chiếc bánh sừng bò.

l) Trang trí với rau mùi tây tươi xắt nhỏ.

86. Xúc xích cuộn whisky

THÀNH PHẦN:
- 1 lb xúc xích ăn sáng
- 1/4 cốc rượu whisky
- 1/4 chén vụn bánh mì
- 1/4 chén rau mùi tây xắt nhỏ
- 1 muỗng cà phê bột tỏi
- Muối và hạt tiêu cho vừa ăn
- 1 tờ bánh phồng, rã đông

HƯỚNG DẪN:
a) Làm nóng lò nướng của bạn ở nhiệt độ 400°F (200°C).
b) Trong một bát trộn, trộn xúc xích ăn sáng, rượu whisky, vụn bánh mì, rau mùi tây, bột tỏi, muối và hạt tiêu.
c) Tung ra tấm bánh phồng trên bề mặt đã rắc bột mì và cắt thành 8 hình chữ nhật bằng nhau.
d) Chia hỗn hợp xúc xích thành 8 phần và tạo hình từng phần thành hình xúc xích.
e) Đặt từng chiếc xúc xích lên một miếng bánh phồng hình chữ nhật và cuộn lại, dán kín các cạnh.
f) Đặt các cuộn xúc xích lên khay nướng và nướng trong 20-25 phút hoặc cho đến khi có màu vàng nâu và chín đều.
g) Ăn nóng.

87. Quả xoài Và Lạp xưởng chong chóng

THÀNH PHẦN:
- 500 g xúc xích băm
- 36 lá rau muống non
- 185 g tương ớt xoài
- 1 củ hành tây thái nhỏ
- 1 muỗng cà phê gia vị Ma-rốc tùy chọn
- 1 nhúm muối và hạt tiêu
- 3 tờ bánh phồng
- 1 muỗng canh sữa

HƯỚNG DẪN:

a) Kết hợp hành tây, tương ớt xoài, xúc xích băm, muối, tiêu và gia vị Ma-rốc trong tô vừa.

b) Trải đều trên các tấm bánh ngọt, để lại một khoảng trống nhỏ ở đầu xa.

c) Phủ lên thịt một lớp lá rau muống non.

d) Cuộn bánh ngọt từ mép gần nhất. Chạy chổi quét bánh ngọt nhúng sữa dọc theo mép xa để dán bánh ngọt thành hình xúc xích dài.

e) Cắt thành 12 lát và đặt các miếng nằm phẳng trên khay đã phết dầu mỡ.

f) Nướng ở 180C trong 12-15 phút là bánh chín.

88.Chong chóng bánh phồng cá ngừ

THÀNH PHẦN:
- 1 tờ bánh phồng
- 2 muỗng cà phê dầu ô liu nguyên chất
- 1 củ hành nâu/vàng vừa, thái hạt lựu
- 6,5 ounce cá ngừ đóng hộp ngâm dầu, ráo nước
- ⅓ cốc phô mai cheddar, bào
- 3 muỗng canh rau mùi tây lá phẳng, thái nhỏ
- 1 thìa cà phê vỏ chanh
- ¼ thìa cà phê ớt cayenne
- muối biển và hạt tiêu đen mới xay

HƯỚNG DẪN:
a) Làm nóng lò nướng của bạn ở nhiệt độ 200 độ C.
b) Chuẩn bị khay nướng có lót giấy nướng.
c) Lấy bánh phồng ra khỏi tủ đông và rã đông.
d) Cho bánh ngọt vào tủ lạnh sau khi đã rã đông để giữ lạnh.
e) Cắt nhỏ hành tây và chiên nhẹ trong dầu ô liu khoảng 8-10 phút hoặc cho đến khi hơi caramen . Đặt sang một bên để nguội.
f) Xả hộp cá ngừ và cho vào tô cỡ vừa. Nghiền để phá vỡ bất kỳ miếng lớn nào.
g) Thêm hành tây đã nấu chín và các nguyên liệu còn lại vào cá ngừ, trộn đều.
h) Kiểm tra xem gia vị đã hợp khẩu vị của bạn chưa, thêm muối, hạt tiêu hoặc vỏ chanh nếu cần.
i) Phủ lên bánh ngọt với hỗn hợp cá ngừ của bạn. Dàn đều hỗn hợp, nhớ chừa một khoảng trống nhỏ xung quanh mép bánh.
j) Dùng mặt sau của thìa hoặc thìa cao su ấn hỗn hợp xuống để nén chặt.
k) Từ từ bắt đầu cuộn bánh từ đầu gần bạn nhất. Tiếp tục lăn về phía trước, chắc chắn một cách hợp lý, giữ càng chặt càng tốt cho đến khi bạn cuộn xong.
l) Cho bánh bông lan vào tủ lạnh khoảng 15 phút cho cứng lại.
m) Dùng dao có răng cưa cắt bỏ phần đuôi và bỏ đi.
n) Sau đó, dùng cùng một con dao để cắt chong chóng dày khoảng 1,5 cm (½ inch).

o) Đặt chong chóng của bạn lên khay nướng. Nếu một ít hỗn hợp rơi ra ngoài, bạn chỉ cần ấn nhẹ vào lại.

p) Nướng trong 15-20 phút hoặc cho đến khi bánh có màu vàng nâu và bánh chín.

q) Phục vụ ấm từ lò hoặc để nguội đến nhiệt độ phòng.

89.Chú Heo Nhỏ Trên Võng

THÀNH PHẦN:
- 1 gói (17,3 ounce) bánh phồng đông lạnh, rã đông
- 3 thìa mứt mâm xôi không hạt
- 1 muỗng canh mù tạt Dijon
- 1 miếng phô mai Camembert tròn (8 ounce)
- 18 xúc xích hun khói thu nhỏ
- 1 trứng lớn
- 1 muỗng canh nước

HƯỚNG DẪN:

a) Làm nóng lò nướng ở nhiệt độ 425 ° F. Trải bánh phồng ra và cắt 9 hình vuông trên mỗi chiếc bánh ngọt. Cắt từng hình vuông theo đường chéo để tạo thành hai hình tam giác.

b) Cho mù tạt và mứt vào tô nhỏ, trộn đều. Trải hỗn hợp lên hình tam giác. Cắt phô mai làm đôi theo chiều ngang; sau đó cắt mỗi nửa thành chín miếng.

c) Đặt một miếng phô mai và xúc xích lên trên mỗi hình tam giác bánh ngọt. Kéo các mép bánh ngọt lên trên xúc xích và phô mai rồi dán kín bằng cách ấn các mép lại với nhau.

d) Xếp bánh lên khay nướng có lót giấy nến. Đánh đều nước và trứng trong một cái bát nhỏ và phết hỗn hợp nước rửa trứng lên bánh ngọt.

e) Nướng cho đến khi có màu vàng nâu, từ 15 đến 17 phút.

90.Bánh cuộn xúc xích Puff Pastry

THÀNH PHẦN:
- 1 tờ bánh phồng, rã đông
- 4 mắt xích xúc xích, đã tháo vỏ
- 1 quả trứng, đánh bông

HƯỚNG DẪN:
a) Làm nóng lò ở nhiệt độ 400°F (200°C).
b) Trên một bề mặt có phủ bột mì nhẹ, cán mỏng bánh phồng có độ dày khoảng 1/4 inch.
c) Chia thịt xúc xích thành 4 phần bằng nhau và nặn từng phần thành khúc gỗ.
d) Đặt từng khúc xúc xích lên bánh phồng và cuộn bánh phồng xung quanh khúc xúc xích, ấn các mép lại với nhau để bịt kín.
e) 5. Cắt từng cuộn xúc xích thành 4 miếng bằng nhau.
f) Đặt các cuộn xúc xích lên khay nướng có lót giấy da.
g) Quét từng cuộn xúc xích với trứng đã đánh.
h) Nướng trong 20-25 phút cho đến khi có màu vàng nâu và xúc xích chín đều.
i) Phục vụ ấm áp.

91. Thịt Bò Hầm Bánh Puff

THÀNH PHẦN:
- 1 pound thịt bò hầm, cắt thành khối 1 inch
- 1 muỗng canh dầu hạt cải
- 3 củ cà rốt vừa, cắt thành miếng 1 inch
- 1 đến 2 củ khoai tây đỏ vừa, cắt thành miếng 1 inch
- 1 chén cần tây thái lát (miếng 1/2 inch)
- 1/2 chén hành tây xắt nhỏ
- 1 tép tỏi, băm nhỏ
- 2 lon (10-1/2 ounce mỗi lon) nước luộc thịt bò cô đặc, không pha loãng
- 1 lon (14-1/2 ounce) cà chua thái hạt lựu, không ráo nước
- 1 muỗng cà phê mỗi mảnh mùi tây khô, húng tây và kinh giới
- 1/4 thìa cà phê tiêu
- 2 lá nguyệt quế
- 1 cốc bí đỏ gọt vỏ cắt hạt lựu
- 3 muỗng canh bột năng nấu nhanh
- 1 đến 2 gói (17,3 ounce mỗi gói) bánh phồng đông lạnh, rã đông
- 1 lòng đỏ trứng
- 1/4 cốc kem đánh bông nặng

HƯỚNG DẪN:
a) Thịt bò nâu ngâm dầu trong lò kiểu Hà Lan; sự căng thẳng. Trộn gia vị, cà chua, nước dùng, tỏi, hành tây, cần tây, khoai tây và cà rốt.
b) Đun sôi nó. Hạ nhỏ lửa , đậy nắp đun cho đến khi thịt gần mềm, khoảng 1 tiếng. Loại bỏ lá nguyệt quế. Trộn khoai mì và bí đao vào , đun sôi lại . Nấu trong 5 phút. Lấy ra khỏi nhiệt, để nguội trong 10 phút.
c) Trong khi đó, trên một bề mặt có rải nhẹ bột mì, lăn bánh phồng có độ dày 1/4 inch. Với 10 oz. dùng ramekin làm mẫu, cắt ra 6 hình tròn bánh ngọt, lớn hơn đường kính của ramekin khoảng 1 inch.
d) Nhồi hỗn hợp thịt bò vào 6 10-oz đã bôi mỡ. ramekin; đặt một vòng tròn bánh ngọt lên trên mỗi cái. Dán bánh ngọt vào các cạnh của ramekins, cắt theo các khe trên mỗi chiếc bánh ngọt. Nếu bạn muốn, hãy cắt ra 30 dải bằng phế liệu bánh ngọt.
e) Xoay các dải, đặt 5 dải vào mỗi ramekin. Bịt kín bằng cách kẹp các cạnh. Trộn kem và lòng đỏ trứng với nhau, quét lên trên.
f) Đặt trên một tấm bánh quy. Nướng ở 400° cho đến khi chuyển sang màu vàng nâu, khoảng 30-35 phút. Để yên trong 5 phút trước khi ăn.

92. Xúc xích cừu cuộn sữa chua harissa

THÀNH PHẦN:
- 2 muỗng canh dầu ô liu nguyên chất
- 1 củ hành trắng, thái nhỏ
- 3 tép tỏi, nghiền nát
- 1 muỗng canh hương thảo thái nhỏ
- 1 muỗng cà phê hạt thì là, nghiền nát, cộng thêm
- 500g thịt cừu băm
- 3 miếng bánh phồng bơ đông lạnh, rã đông
- 1 quả trứng, đánh nhẹ
- 250g sữa chua kiểu Hy Lạp đặc
- 1/4 cốc (75g) harissa hoặc tương ớt cà chua
- Micro bạc hà để phục vụ (tùy chọn)

HƯỚNG DẪN:

a) Làm nóng lò ở nhiệt độ 200C. Đun nóng dầu trong chảo trên lửa vừa. Thêm hành tây và nấu trong 3-4 phút cho đến khi mềm. Thêm tỏi, hương thảo và thì là vào nấu 1-2 phút cho đến khi có mùi thơm. Tắt bếp, để nguội trong 10 phút rồi kết hợp với thịt băm.

b) Chia hỗn hợp giữa các tấm bánh ngọt, đặt dọc theo một cạnh để tạo thành một khúc gỗ. Cuộn lại để bọc, quét 3cm lớp bánh ngọt cuối cùng lên trên bằng nước rửa trứng. Niêm phong và cắt bánh ngọt.

c) Đặt lên khay nướng có lót giấy nướng, đường may úp xuống và để đông trong 10 phút. Điều này sẽ làm cho chúng dễ dàng hơn để cắt lát.

d) Cắt mỗi cuộn thành 4 và để trên khay. Chải với nước rửa trứng và rải thêm hạt thì là. Nướng trong 30 phút hoặc cho đến khi bánh vàng và cuộn chín.

e) Trộn harissa qua sữa chua và dùng kèm với cuộn xúc xích, rắc bạc hà.

93. Bánh nướng kiểu Lebanon

THÀNH PHẦN:
- 3 muỗng canh tỏi nghiền
- 1/4 chén phô mai feta vụn
- 1 lòng đỏ trứng
- 1 miếng bánh phồng đông lạnh, rã đông, cắt làm đôi
- 2 chén rau bina tươi xắt nhỏ
- 2 nửa ức gà không xương không da
- 2 muỗng canh húng quế pesto
- 1/3 chén cà chua phơi nắng cắt nhỏ

HƯỚNG DẪN : s

a) Đặt lò nướng của bạn ở nhiệt độ 375 độ F trước khi làm bất cứ điều gì khác.

b) Phủ hỗn hợp tỏi nghiền và lòng đỏ trứng gà vào đĩa thủy tinh trước khi bọc lại bằng màng bọc thực phẩm và để ức gà này trong tủ lạnh ít nhất bốn giờ.

c) Đặt ½ số rau bina vào giữa nửa chiếc bánh ngọt rồi đặt một miếng ức gà lên trên trước khi thêm 1 thìa canh pesto, cà chua phơi nắng, phô mai feta và phần rau chân vịt còn lại.

d) Bọc nó với nửa còn lại của chiếc bánh ngọt.

e) Lặp lại các bước tương tự cho các phần ngực còn lại.

f) Đặt tất cả những thứ này lên một món nướng.

g) Nướng trong lò làm nóng trước khoảng 40 phút hoặc cho đến khi gà mềm.

h) Phục vụ.

94. Bánh nồi rau

THÀNH PHẦN:
- 1 tờ bánh phồng
- 2 chén rau trộn, rã đông
- 1 lon súp nấm kem đặc
- 1/2 cốc sữa
- Muối và tiêu

HƯỚNG DẪN:
a) Làm nóng lò ở nhiệt độ 400°F (200°C).
b) Trong một bát, trộn rau trộn, súp đặc, sữa, muối và hạt tiêu với nhau.
c) Lăn bánh phồng lên một bề mặt đã rắc chút bột mì rồi đặt vào khay nướng.
d) Đổ hỗn hợp rau củ vào bánh ngọt và phủ một tấm bánh ngọt khác lên, gấp mép cho kín.
e) Nướng trong 30-35 phút hoặc cho đến khi bánh có màu vàng nâu.

95.Bánh mở rau bina và Pesto

THÀNH PHẦN:
- 2 (12 oz.) phi lê cá hồi không da, không xương
- muối nêm cho vừa ăn
- 1/2 thìa cà phê bột tỏi
- 1 thìa cà phê bột hành
- 1 (17,25 oz.) gói bánh phồng đông lạnh, rã đông
- 1/3 cốc sốt pesto
- 1 (6 oz.) gói lá rau chân vịt

HƯỚNG DẪN : s

a) Đặt lò nướng của bạn ở nhiệt độ 375 độ F trước khi làm bất cứ điều gì khác.

b) Phủ cá hồi với hỗn hợp muối, bột hành và bột tỏi trước khi đặt sang một bên.

c) Bây giờ đặt ½ miếng rau bina của bạn vào giữa hai tấm bánh phồng riêng biệt, đồng thời cho thêm vào giữa và đặt phi lê cá hồi lên trên mỗi tấm ở giữa trước khi đặt pesto và phần rau bina còn lại.

d) Làm ẩm các cạnh bằng nước và gấp lại.

e) Nướng món này trong lò làm nóng trước khoảng 25 phút.

f) Bớt nóng đi.

g) Phục vụ.

96.Burekas

THÀNH PHẦN:
- 1 lb / 500 g bánh phồng bơ chất lượng tốt nhất
- 1 quả trứng gà thả vườn lớn, đánh bông

RICOTTA ĐIỀN
- ¼ cốc / 60 g phô mai
- ¼ cốc / 60 g phô mai ricotta
- ⅔ cốc / 90 phô mai feta vụn
- 2 muỗng cà phê / 10 g bơ không muối, đun chảy

ĐIỀN PECORINO
- 3½ muỗng canh / 50 g phô mai ricotta
- ⅔ cốc / 70 g phô mai pecorino bào
- ⅓ cốc / 50 g phô mai Cheddar bào lâu năm
- 1 tỏi tây, cắt thành từng đoạn 2 inch / 5 cm, chần cho đến khi mềm và thái nhỏ (tổng cộng ¾ cốc / 80 g)
- 1 muỗng canh rau mùi tây lá phẳng xắt nhỏ
- ½ muỗng cà phê tiêu đen mới xay

HẠT GIỐNG
- 1 muỗng cà phê hạt nigella
- 1 muỗng cà phê hạt vừng
- 1 muỗng cà phê hạt mù tạt vàng
- 1 muỗng cà phê hạt caraway
- ½ muỗng cà phê mảnh ớt

HƯỚNG DẪN:

a) Cán bánh ngọt thành hai hình vuông 12 inch / 30 cm, mỗi hình dày ⅛ inch / 3 mm. Đặt các tấm bánh ngọt lên khay nướng có lót giấy da — chúng có thể đặt chồng lên nhau, có một tờ giấy da ở giữa — và để trong tủ lạnh trong 1 giờ.

b) Đặt từng bộ nguyên liệu làm nhân vào một tô riêng. Trộn và đặt sang một bên. Trộn tất cả các loại hạt lại với nhau trong một cái bát và đặt sang một bên.

c) Cắt từng tấm bánh ngọt thành hình vuông 4 inch / 10 cm; bạn sẽ nhận được tổng cộng 18 ô vuông. Chia đều phần nhân đầu tiên cho một nửa số hình vuông, đổ nó vào giữa mỗi hình vuông. Quét trứng lên hai cạnh liền kề của mỗi hình vuông rồi gấp đôi hình vuông đó để tạo thành một hình tam giác. Đẩy hết không khí ra ngoài và kẹp chặt các cạnh lại với nhau. Bạn muốn ấn thật kỹ các mép để chúng không bị bung ra trong khi nấu. Lặp lại với các ô bánh ngọt còn lại và phần nhân thứ hai. Đặt trên khay nướng có lót giấy da và để trong tủ lạnh ít nhất 15 phút cho cứng lại. Làm nóng lò ở nhiệt độ 425°F/220°C.

d)   Quét trứng lên hai cạnh ngắn của mỗi chiếc bánh ngọt và nhúng các cạnh này vào hỗn hợp hạt; chỉ cần một lượng nhỏ hạt, chỉ rộng ⅙ inch / 2 mm, là đủ vì chúng khá nổi trội. Quét một ít trứng lên mặt trên của mỗi chiếc bánh ngọt, tránh để hạt.

e)   Đảm bảo các bánh ngọt cách nhau khoảng 1¼ inch / 3 cm. Nướng trong vòng 15 đến 17 phút, cho đến khi vàng đều. Thưởng thức khi còn nóng hoặc ở nhiệt độ phòng. Nếu một ít nhân tràn ra khỏi bánh trong quá trình nướng, bạn chỉ cần nhẹ nhàng nhét nhân vào lại khi bánh đủ nguội để xử lý.

97. Bánh bò bít tết

THÀNH PHẦN:
- 1 1/2 pound thăn bò, cắt thành miếng nhỏ
- 1/4 chén bột mì
- 1 thìa cà phê muối
- 1/2 thìa cà phê tiêu đen
- 3 thìa bơ
- 1 chén nước luộc thịt bò
- 1 chén nấm thái lát
- 1/2 chén hành tây xắt nhỏ
- 1/2 chén cần tây xắt nhỏ
- 1/2 chén cà rốt xắt nhỏ
- 2 muỗng canh mùi tây tươi xắt nhỏ
- 1/2 muỗng cà phê húng tây khô
- 1/4 muỗng cà phê hương thảo khô
- 1 tờ bánh phồng
- 1 quả trứng, đánh bông

HƯỚNG DẪN:
a) Làm nóng lò ở nhiệt độ 400°F.
b) Trong một tô lớn, trộn đều bột mì, muối và hạt tiêu đen. Thêm các miếng thịt bò vào và đảo đều cho đến khi chúng được phủ một lớp hỗn hợp bột.
c) Đun chảy bơ trong chảo lớn trên lửa vừa cao. Thêm thịt bò và nấu cho đến khi chín đều các mặt.
d) Thêm nước dùng thịt bò, nấm, hành tây, cần tây, cà rốt, rau mùi tây, húng tây và hương thảo vào chảo. Đun sôi, sau đó giảm nhiệt và đun nhỏ lửa trong vòng 10 - 15 phút, cho đến khi rau mềm và nước sốt đặc lại.
e) Tung ra chiếc bánh phồng trên một bề mặt có phủ bột mì nhẹ và dùng nó để lót một đĩa bánh 9 inch. Đổ hỗn hợp thịt bò vào bánh.
f) Quét các cạnh của bánh ngọt bằng trứng đã đánh. Phủ phần bánh ngọt còn lại lên trên mặt bánh, gấp mép cho kín.
g) Quét phần trứng đánh còn lại lên trên mặt bánh.
h) Nướng trong lò làm nóng trước khoảng 30-35 phút, cho đến khi bánh có màu vàng nâu.

98. Nước Úc n Pie Floater

THÀNH PHẦN:
- 1 củ hành nâu lớn, thái nhỏ
- 2 muỗng canh dầu thực vật
- 1 pound thịt bò nạc thái nhỏ hoặc xay
- 3/4 chén nước dùng thịt bò hoặc rau
- 1 muỗng canh bột bắp
- Chút muối
- Một nhúm hạt tiêu
- 2 tờ bánh ngọt đông lạnh
- 2 tờ bánh phồng đông lạnh
- 4 chén nước luộc thịt bò
- 2 muỗng cà phê bicarbonate soda
- 1 pound đậu xanh khô, ngâm qua đêm với lượng nước vừa đủ
- 1 muỗng cà phê baking soda

HƯỚNG DẪN:

a) Đêm hôm trước, cho đậu vào chảo sâu lòng, đổ nước có pha baking soda vào và để qua đêm. Xả nước khi đã sẵn sàng để nấu.
b) Làm nóng lò ở nhiệt độ 450°F.
c) Trong chảo, xào hành tây với một ít dầu. Thêm thịt bò và nâu nó.
d) Thêm nước kho, gia vị và bột ngô. Nấu trên lửa vừa, khuấy liên tục để hòa quyện bột ngô cho đến khi tạo thành nước xốt đặc trong khoảng năm phút.
e) Mỡ bốn chảo bánh 3 × 6 inch. Cắt các hình tròn 3 × 7 inch từ vỏ bánh ngọt để lót đáy và thành chảo. Đổ đầy hỗn hợp thịt bò và nước thịt. Chải vành bằng nước.
f) Cắt hình tròn 3 × 7 inch từ bánh phồng. Đặt trên thịt. Nhấn để niêm phong. Cắt tỉa. Đặt bánh vào khay nóng.
g) Nướng nóng sẵn trong 20–25 phút hoặc cho đến khi vàng.
h) Trong khi nướng bánh, hãy làm nước sốt đậu Hà Lan.
i) Rửa sạch đậu Hà Lan đã bù nước để loại bỏ bụi bẩn rồi cho vào nồi cùng với một thìa cà phê baking soda và nước luộc thịt bò.
j) Đun sôi và nấu cho đến khi đậu rất mềm.
k) Nghiền hoặc xay nhuyễn đậu Hà Lan và trộn đều để tạo thành món súp đặc.
l) Múc nước sốt đậu Hà Lan ra đĩa và đặt một chiếc bánh nóng lên trên.
m) Làm bốn cái bánh nướng.

99.Bánh bít tết và hành tây

THÀNH PHẦN:
- 2 muỗng canh dầu ô liu
- 2 x 600g thịt má bò, lọc gân
- 1 củ hành lớn, cắt thành múi
- 2 tép tỏi, nghiền nát
- 125ml rượu vang đỏ
- 1 lít nước luộc bò
- 2 nhánh hương thảo
- 1 x gói 320g (1 tờ) bánh phồng mua tại cửa hàng
- 1 núm bơ nhỏ
- muối và hạt tiêu đen mới xay
- 1 nhánh cần tây, thái hạt lựu, để trang trí
- lá cần tây, để trang trí
- lá nasturtium, để trang trí

ĐỂ CÓ MÓN CÀ CHUA NGỌT
- 250g cà chua chín
- ½ củ hành đỏ, thái hạt lựu
- 1 muỗng cà phê dầu ô liu
- 1 tép tỏi, thái hạt lựu
- ¼ thìa cà phê ớt khô
- ½ thìa cà phê bột cà chua hoặc bột nhuyễn
- 1 muỗng canh đường nâu
- 1 muỗng canh giấm rượu vang đỏ

CHO HÀNH HÓA KHÓI
- 1 muỗng cà phê dầu ô liu
- 4 củ hẹ, cắt làm đôi theo chiều dọc
- 125ml giấm táo
- 1 muỗng canh đường bột

HƯỚNG DẪN:

a) Để có vị cà chua ngọt, hãy dùng dao nhỏ cắt một hình chữ thập nông ở đáy mỗi quả cà chua. Cho cà chua vào tô lớn, đổ nước sôi vào và để trong 30 giây, sau đó chuyển ngay cà chua vào tô nước đá. Gọt vỏ cà chua và đặt sang một bên. Cắt cà chua nguội thành 4 phần, loại bỏ màng bên trong và hạt, sau đó cắt thịt thành từng miếng nhỏ.

b) Trong khi cà chua nguội, đặt một chiếc chảo cỡ vừa lên lửa vừa. Thêm hành tây và dầu ô liu vào nấu trong 4–6 phút cho đến khi mềm nhưng không có màu. Thêm tỏi và ớt và nấu thêm một phút nữa. Thêm bột cà chua hoặc bột nhuyễn vào và khuấy trong 2 phút, sau đó thêm đường và giấm. Thêm cà chua vào chảo và khuấy đều hỗn hợp. Đun sôi sau đó giảm nhiệt xuống mức trung bình thấp. Nấu trong 8–10 phút, thỉnh thoảng khuấy cho đến khi hỗn hợp đặc và sền sệt. Nêm muối và hạt tiêu rồi để nguội một chút.

c) Sau khi nguội, xay hỗn hợp bằng máy xay dạng que hoặc chuyển vào máy hóa lỏng và xay để tạo thành hỗn hợp sệt. Hủy bỏ và đặt sang một bên cho đến khi sẵn sàng phục vụ.

d) Để làm hành tây chua thơm, cho dầu ô liu vào chảo nhỏ trên lửa vừa cao và nêm dầu với muối. Xếp hành tây đã cắt úp xuống thành một lớp đều xung quanh chảo rán.

e) Nấu trong 4–6 phút hoặc cho đến khi cháy nhẹ, sau đó giảm nhiệt xuống thấp và thêm giấm và đường. Đậy nắp và nấu trên lửa nhỏ thêm 5 phút nữa, sau đó tắt lửa và để hành tây nguội trong chất lỏng. Đặt sang một bên cho đến khi sẵn sàng phục vụ.

100. Bánh phồng giăm bông và phô mai

THÀNH PHẦN:
- 1 tờ bánh phồng, rã đông
- 1/2 chén giăm bông thái hạt lựu
- 1/2 chén phô mai cheddar cắt nhỏ
- 1 quả trứng, đánh bông

HƯỚNG DẪN:
a) Làm nóng lò ở nhiệt độ 400°F (200°C).
b) Trên một bề mặt có phủ bột mì nhẹ, cán mỏng bánh phồng có độ dày khoảng 1/4 inch.
c) Cắt bánh phồng thành 9 ô vuông bằng nhau.
d) Trong một cái bát, trộn thịt giăm bông thái hạt lựu và phô mai cheddar cắt nhỏ.
e) Múc khoảng 1 thìa hỗn hợp giăm bông và phô mai lên mỗi ô bánh phồng.
f) Gấp các góc của chiếc bánh phồng lên trên phần nhân, ấn các mép lại với nhau để bịt kín.
g) Quét từng chiếc bánh phồng với trứng đã đánh.
h) Nướng trong 15-20 phút cho đến khi có màu vàng nâu.
i) Ăn nóng.

PHẦN KẾT LUẬN

Khi chúng tôi kết thúc hành trình ẩm thực của mình thông qua "Nghệ thuật sành ăn của Wellington và En Croûte ," chúng tôi hy vọng bạn đã trải nghiệm được niềm vui khi sáng tạo và thưởng thức các món ăn được bọc trang nhã vượt xa những món ăn thông thường. Mỗi công thức trong các trang này là minh chứng cho sự kết hợp giữa nghệ thuật ẩm thực và niềm vui ẩm thực, nơi các lớp nhân bánh kén ngon lành , tạo nên một bản giao hưởng của hương vị.

Cho dù bạn say mê với sự sang trọng cổ điển của Bò Wellington, khám phá những biến đổi sáng tạo của các lựa chọn ăn chay hay tạo ra các biến thể độc đáo của riêng mình, chúng tôi tin rằng 100 công thức nấu ăn này đã nâng cao tiết mục ẩm thực của bạn. Ngoài nhà bếp, cầu mong nghệ thuật của Wellington và En Croûte trở thành nguồn cảm hứng, biến bữa ăn của bạn thành những cảnh tượng ẩm thực làm thỏa mãn các giác quan.

Khi bạn tiếp tục khám phá những khả năng dành cho người sành ăn trong nhà bếp của mình, mong rằng tinh thần nghệ thuật bao bọc sẽ còn đọng lại trong nỗ lực nấu nướng của bạn. Đây là niềm vui của việc sáng tạo và thưởng thức những món ăn trang nhã, trong đó mỗi miếng ăn là sự tôn vinh nghệ thuật dành cho người sành ăn được tìm thấy trong "NGHỆ THUẬT NGƯỜI SÀNH ĂN CỦA WELLINGTON VÀ EN CROÛTE ." Chúc mừng bạn đã nâng trải nghiệm ẩm thực của mình lên một tầm cao mới!

www.ingramcontent.com/pod-product-compliance
Lightning Source LLC
Chambersburg PA
CBHW071315110526
44591CB00010B/901